முகிலை இராசபாண்டியன்

கன்னியாகுமரி மாவட்டத்தின் முகிலன் குடியிருப்பில் பிறந்த இவர் மதுரை, சென்னை, அண்ணாமலைப் பல்கலைக்கழகங்களில் கல்வி கற்றுள்ளார்.

சென்னை, தரமணியில் உள்ள தமிழ் இணையப் பல்கலைக்கழகத்தில் மூன்று ஆண்டுகள் உதவி இயக்குநராகவும் செம்மொழித் தமிழாய்வு மத்திய நிறுவனத்தின் பதிவாளராகவும் பணியாற்றியுள்ள இவர், சென்னை மாநிலக் கல்லூரியில் பதினைந்து ஆண்டுகள் தமிழ்ப் பேராசிரியராகப் பணியாற்றியுள்ளார்.

ஐந்து நாவல்கள், ஐந்து சிறுகதைத் தொகுப்புகள், மூன்று நாடகங்கள், நான்கு கவிதைத் தொகுப்புகள் உட்பட தொண்ணூறு நூல்கள் படைத்துள்ளார்.

மனோன்மணியம் சுந்தரனார் பல்கலைக்கழகத்தின் பாரதியார், பாரதிதாசன் அறக்கட்டளைப் பரிசுகளையும் கோவை கஸ்தூரி சீனிவாசன் அறநிலையத்தின் நாவல் பரிசினையும் பாரத ஸ்டேட் வங்கியின் நாடகப் பரிசினையும் தமிழ்நாடு கலை இலக்கியப் பெரு மன்றத்தின் சிறந்த சிறுகதை நூல் பரிசினையும் வேறு பல விருதுகளையும் பெற்றுள்ளார்.

தேரிமணல்

முகிலை இராசபாண்டியன்

புள்ளினங்காள்
வெளியீடு

An Imprint page of Pen Bird Publications

+91 8220063246 | penbirdpublications@gmail.com | www.penbird.in

தேரிமணல்
முகிலை இராசபாண்டியன்©
Theri Manal
Muhilai Rajapandiyan©

முதல் பதிப்பு - டிசம்பர் 2023
PB #06 - நாவல்
வடிவமைப்பு - நா.கௌசிகன்

ISBN: 978-81-965804-3-8

Rs. 220

இந்நூலின் எந்தவொரு பகுதியையும் ஆசிரியர் மற்றும் பதிப்பாளரின் எழுத்து பூர்வ அனுமதியின்றி அச்சு மற்றும் மின்னணு வழியே நகல் எடுப்பது, ஒலிப்பதிவு செய்து வெளியிடுவது, துண்டுப் பிரசுரமாக அச்சிட்டு வெளியிடுவது போன்ற செயல்கள் பதிப்புரிமைச் சட்டத்தின்படி தடை செய்யப்பட்டுள்ளது.

அணிந்துரை

டாக்டர் சு. வேங்கடராமன்

பேராசிரியர் - துறைத்தலைவர்
இக்கால இலக்கியத் துறை தமிழியல் புலம்
மதுரை காமராசர் பல்கலைக்கழகம் மதுரை - 625 021.

நாவல், இருந்து பொழுதைக் கழிக்கும் கதை என்பதிலிருந்து மாறி, தான் தோன்றிய சமூகப் பிரச்சினைகளை மையப் பொருளாகப் பேசும் நிலைக்கு மாறிவிட்டது. சமூக வாழ்வைப் பின்னணியாகக் காட்டும் நிலைக்கு மேலாக, சமூக வாழ்வையே மையமிட்டுச் சமூக ஆவணமாக ஆக்கிவிடும் நிலை யதார்த்த நாவல்களில் காணப்படுகிறது. இத்தகைய யதார்த்தப்போக்கில் அமைந்த நாவல் முகிலை இராசபாண்டியனின் தேரிமணல் ஆகும்.

மண்டைக்காட்டுக் கோயில் (1982) விழாவை ஒட்டி ஏற்பட்ட கலவரம் எப்படி உருவாகி, பரவி, சாதி, மத, ஊர்க் கலவரங்களாக விசுவரூபம் எடுக்கிறது என்பதை இந்த நாவல் அருமையாகவும் ஆழமாகவும் பதிவு செய்துள்ளது. ஊர்களுக்கிடையேயான கலவரம் பகையாக மாறுகிறது. அதன் விளைவு ஒரே மதம் - கத்தோலிக்கக் கிறித்தவ சமயம் சார்ந்த காதலர்களை (விக்டர் - விக்டோரியா) மணம் செய்து கொண்டபின், விக்டரின் ஊரான தாமரைக்குளத்தில் வாழ, ஊர்க்காரர்கள் எதிர்க்கின்றனர். அடிப்படையில் இரு ஊர்க்காரர்களும் ஒருவரையொருவர் சார்ந்து வாழ வேண்டியவர்களாக உள்ளனர். ஆயினும் பகை, கண்ணை மறைக்கிறது. திருவிதாங்கூர் சமஸ்தானத்தில் அடிமைப்பட்டு

இருந்த மக்கள் இவர்கள். அனேகமாக அனைவருமே உழைத்துப் பிழைப்பவர்கள். நாளைய பொழுதுக்கு உணவிற்கு உழைத்தால்தான் உணவு என்ற நிலையில் உள்ளவர்கள், சாதி சமயம் காரணமாகப் பகைத்துக் கொண்டு ஊர்களுக்கிடையே பகையாக மாறுவதை, நாவல் மிக அருமையாகப் படம்பிடித்துள்ளது.

நாவல், காதலைச்சொன்னாலும், சமூக உறவாக மலரும் நிலை அழுத்தமாகக் காட்டப்படுகிறது. மனித நேயத்தை - மனிதர்களுக்கிடையில் சகோதர உணர்வை - ஏற்படுத்திக் கொடுக்காதபோது சமயங்கள், விழாக்கள், சமய மரபுகள் அனைத்துமே வீண்தான் என்ற உணர்வை இந்த நாவல் படிப்பவர் மத்தியில் ஏற்படுத்தும். சமயம், அதைப் பின்பற்றும் மனிதர்கள் இடையே பிணக்கையும் பூசலையும் பகையையும் ஏற்படுத்துமா? ஏற்படுத்துவதாக இருந்தால் சமயம் எதற்கு? என்று இந்த நாவல் சிந்திக்கவைக்கிறது.

அருமையான யதார்த்த நாவலை அண்மைக்கால வரலாற்றுப் பின்னணி ஆக்கிப் படைத்துள்ள இந்நாவல் ஆசிரியரை நான் பாராட்டுகிறேன். இந்த நாவல் அனைவராலும் பேசப்பட வேண்டும்.

சு. வேங்கடராமன்.
மதுரை - 21

ஒரு சமூகத்தின் வரலாற்றுச் சோகம்

பேராசிரியர் க. பஞ்சாங்கம்
காஞ்சி மாமுனிவர் பட்ட மேற்படிப்பு
உயர்ஆய்வு மையம், புதுச்சேரி - 8.

மனிதர்கள் வார்த்தைகளால் ஆனவர்கள். ஆனால் வார்த்தையோ வரலாற்றினால் வடிவமைக்கப்பட்டது; ஒவ்வொரு வார்த்தைக்கும் ஓர் அறிமனமும் (conscious mind) ஒரு நனவிலி மனமும் (un-conscious mind) ஒரு கூட்டு நனவிலி மனமும் (collective un- conscious mind) வந்து சேர்ந்துவிடுகின்றன. எனவே தான் ழாக் லக்கான் போன்றவர்கள் எந்த 'வார்த்தையையும்' திறக்க முடியாது என்கின்றனர். இப்படித் திறந்து உள்ளே பிரவேசிப்பதற்குச் சாவி எதுவுமே அற்ற வார்த்தைகளை வைத்துக்கொண்டுதான் இங்கே இந்த மானிடச் சாதியினரின் 'பிழைப்பு' நடந்து கொண்டிருக்கிறது.

இவ்வாறு மனிதர்களின் மற்றுமொரு உடம்பாகச் செயல்புரிகிற இந்த வார்த்தைகளை வைத்துக்கொண்டு விளையாடுகிற ஆடுகளம்தான் இலக்கியமென்பது. இந்த ஆடுகளத்தில் வரலாற்றிற்குள் புனைவையும் புனைவிற்குள் வரலாற்றையும் கட்டமைக்கிற எழுத்தாளன் முழுவதும் சார்ந்திருப்பது அவன் சார்ந்த இடத்தையும், அந்த இடம் சார்ந்த மொழியையும்தான்.

முகிலை இராசபாண்டியன் தான் சார்ந்த புவியியலுக்குள் வாழ்பவராக இருக்கிறார்; கொஞ்சம் யோசித்துப் பார்த்தால்

எல்லா மனிதர்களுமே 'தாவரம்' போன்று அவரவர்களின் நிலத்தோடு கட்டிப் போடப்பட்டவர்கள்தான். இதில் 'எழுத்தாளர்களென்று' தங்களை ஒரு கோணத்தில் பாவனை செய்து கொள்ளுகிற மனப்பான்மை கொண்டவர்கள், கூடுதலாகவே நிலத்தோடும் நிலம் சார்ந்த அனைத்துக் கூறுகளோடும் தாங்களாகவே போய்ப் பிணைத்துக் கொள்ளுகிறார்கள்.

இந்த நாவலாசிரியர் கன்னியாகுமரி நிலப்பரப்பிற்குத் தனது நினைவு மண்டலத்தையும் உணர்வெனும் அற்புதமான அமுதத் தாரைகளையும் ஏற்கெனவே மூன்று உயிருள்ள எழுத்துகளை உருவாக்கிவிட்டவர், இந்த நாவலிலும் அந்த மண்ணில் நடந்த சாதிச்சண்டையை முன்வைத்து ஒரு மொழியாடலை நிகழ்த்திக் காட்டியுள்ளார்.

இயற்கையின் இயங்கியல் வடிவமாக 'முரண்' செயல்புரிவது போலவே, மனிதர்கள் கட்டமைத்துக்கொண்ட சமூகத்தின் இயங்கியலாகவும் 'முரண்கள்தான்' நிற்கின்றன. உலகப் பரப்பு முழுவதும் ஏதாவதொன்றையோ பலவற்றையோ முரணாக முன்னிறுத்தித் தங்களுக்கு வந்து வாய்த்த வாழ்க்கையெனும் வாக்கியத்தின் இடைவெளியை நிரப்பிவிட்டுத் தீர்ந்து போவதுதான் அவர்களின் வாழ்வாக இருக்கிறது. நாடு, இனம், மொழி, மதம், நிறம், வர்க்கம், சாதி, பால் எனப் பிரிவுகளை உற்பத்தி செய்துகொண்டு, அந்தப் பிரிவுகளையே மெய்ம்மைப் பொருளாக்கி முட்டி மோதி அழிவதுமாய், கட்டிப்பிடித்துக் கொண்டாடுவதுமாய் இவர்கள் நிகழ்த்திக் காட்டுகிற நிகழ் கலை பார்க்கப் பார்க்கப் பரவசம் தரத்தக்கது. அந்தப் பரவசத்தின் ஒரு வெளிப்பாடுதான் இந்த நாவல்.

'சாதி' என்ற பிரிவினையையே வாழ்விற்கான ஆதார மெய்ப்பொருளாகப் புனைந்து கொண்ட ஒரு சமூகத்தின் வரலாற்றுச் சோகம், இங்கே 1982இல் நடந்த 'மண்டைக்காட்டுக் கலவரத்தை' நாவலாக்கியதன் மூலம் பதிவாகியுள்ளது. நாவல் எழுதுவதென்பது ஒரு பக்கம் எழுத்தாளன் தனது உடலையும் மனத்தையும் சுருக்கி, தான் எழுதுவதற்கு எடுத்துக்கொண்ட ஒன்றின் மேல் குவி மையப்படுத்த முயலுகிற ஒரு போராட்டம்.

மற்றொரு பக்கம், தான் எடுத்துக்கொண்ட 'பொருள்' குறித்து எவ்வளவு தகவல்களை விரிவாகத் திரட்டித் தர முடியுமோ அவ்வளவு தகவல்களைத் திரட்டுவதை நோக்கித் தன் மனச்சிறகுகளை விரித்துக்கொண்டே இருக்கிற ஒரு பயிற்சிக் களம்.

ஒரே நேரத்தில் வெவ்வேறு விதமாக, அதுவும் ஒன்றுக்கொன்று முரணான விதத்திலும்கூட, இயங்கித் தீர வேண்டிய நெருக்கடிக்குள் சிக்கிக் கொள்பவனாக எழுத்தாளனின் இருப்பு இருக்கிறது. இந்தச் சோதனையில் இந்நாவலாசிரியர் வெற்றிகரமாக இயங்கி உள்ளாரெனச் சொல்லத்தோன்றுகிறது. தன் நாவல் இயங்கும் களமான மணக்குடி, முகிலன் குடியிருப்பு, கோயில்விளை, சோட்டப்பணிக்கன் தேரி விளை, மணவாளபுரம், கல்லடிவிளை, கிண்ணிக் கண்ணன் விளை முதலிய புவியியல் பரப்பினை வாசகனுக்குள் விரித்துக் காட்டிவிடுகிறார். எனவே வாசிக்க வாசிக்க வாசகன், தனக்குப் பரிச்சயமில்லாத புதிய ஒரு நிலப்பரப்பிற்குள் பயணிப்பது போன்ற அதிசய உணர்வு வெள்ளத்தினால் இழுத்துச் செல்லப்படுகின்றான். இது போலவே அச்சமூகத்தில் மனிதர்கள் அமைத்துக்கொண்ட பண்பாடுகளுடனான கத்தோலிக்கர் திருமண முறையையும், மண்டைக்காட்டுக் கொடை நிகழ்ச்சியையும், நாவலாசிரியர் துல்லியமாக விவரித்துக்கொண்டு போகும்போது, எந்த அளவிற்கு எழுத்தாளர் தான் எடுத்துக்கொண்ட பொருள்மேல் உழைத்திருக்கிறார் என்பதை அறிந்துகொள்ள முடிகிறது.

இந்த நாவல் மேற்கண்டவாறு நிலப்பரப்பு, சடங்குமுறைகள் முதலியவற்றால் வாசகனுக்குள் புதிய ஓர் அனுபவத்தைப் பாய்ச்சுவது போலவே, தன் நிலம் சார்ந்த வார்த்தைகளைப் பக்குவமாய்ப் பயன்படுத்துவதன் மூலமாகவும் தன் எழுத்திற்கு ஒரு புதிய கவர்ச்சியை ஊட்டிவிடுகிறார். மொழியைக் கையாளத் தெரிந்தவன், மனிதர்களைக் கையாண்டு விடுகிறான் என்ற கூற்று இந்த நாவலாசிரியருக்குப் பொருந்தும்.

புரிந்துகொள்ள முடியாத புதிர்களை உற்பத்தி செய்வதுதான் படைப்பின் குணம். தொடக்கத்தில் சொன்னதுபோல, திறக்கவே முடியாத சொற்களை வைத்துக்கொண்டு, புரிந்தது போன்ற ஒரு

பாவனையில்தான் இங்கே நமது வாழ்க்கை நகர்கிறது. இந்தப் பாவனையைக் கட்டுடைத்துப் புரியாத புதிருக்குள் வாசகனைத் தள்ளிவிடுகிற எழுத்துதான் வானம்போல், கணந்தோறும், காலந்தோறும் விதவிதமான ஒளிச்சிதறல்களை வழங்கிக்கொண்டே இருக்க முடியும். அப்படியொரு எழுத்து முறையை நோக்கி நண்பர் முகிலை இராசபாண்டியன் நகர்கிறார் என்னும் நம்பிக்கை தருகிறது இந்த நாவல்.

காசி இல்லம்
புதுச்சேரி - 605 008

அன்புடன்
க.பஞ்சாங்கம்

என்னுரை

மனிதன் சேர்ந்து வாழும் இயல்பு கொண்டவன். இந்தச் சேர்ந்து வாழும் இயல்பால் தனி மனிதனுக்கும் அவனுடன் தொடர்பு கொண்டவர்களுக்கும் நன்மைகள் ஏற்படும்.

சேர்ந்து வாழும் வாழ்க்கையில் ஒவ்வொரு மனிதனும் பிரச்னைகளைச் சந்திக்கிறான். மேகத்தைப் போல, பிரச்னைகள் வருவதும் நம்மைக் கடந்து போவதும் இயற்கை. இயல்பாக எழும் பிரச்னைகளை மனிதன் தனது கோபத்தால், உணர்ச்சிவசப்படும் இயல்பால் மேலும் குழப்பத்திற்குள்ளாக்கிக் கொள்கிறான். இத்தகைய குழப்பத்தால் தனிமனித அமைதி கெடுவதுடன் சமுதாய அமைதியும் குலைகிறது.

அமைதியாக வாழ விரும்பும் மனிதன் அமைதியைக் குலைக்கும் செயல்களிலேயே அவனை அறியாமல் ஈடுபடுகிறான். அறியாமல் ஒருவன், ஒன்றில் ஈடுபடும்போது அவனது அறிவு செயல்படவில்லை என்பதை எளிதில் புரிந்துகொள்ள இயலும். அவ்வாறு அவனை அறியாமல் செயல்பட வைப்பது உணர்ச்சி ஆகும்.

உணர்ச்சியின் போக்கிற்குக் தகுந்தவாறு செயல்படும் மனிதனால் அவனுக்கும் அவன் சார்ந்த சமுதாயத்திற்கும் துன்பமே விளையும். மனிதனை எளிதில் உணர்ச்சிவயப்பட வைப்பனவற்றில் முதலிடம் வகிப்பவை சாதியும் சமயமும்.

சாதி என்பதும் சமயம் என்பதும் பெற்றோர் வாயிலாக ஒருவனை வந்து சேர்பவை. இவற்றில் சமயம் என்பது மாறுதலுக்கு உட்பட்டது. ஆனால் சாதி என்பது மாறாததாகத் தொடர்ந்து வருகிறது.

மாற்றத்தக்கதான சமயமும் மாற்றத்தகாததான சாதியும் மனிதனை ஆட்டுவிக்கும் சாதனங்களாக விளங்கி வருகின்றன. இவற்றிலிருந்து விடுபடுவது எளிதான காரியம் அல்ல. கண்ணுக்குத் தெரியாத சிறு நெருப்புப் பொறி, காட்டையே அழிக்கும் வல்லமை கொண்டதைப்போல் சிறு புகைச்சலுடன் தொடங்கிய கலவரம் சமயச் சாயம் பூசப்பட்டதும் எவ்வளவு பூதாகரமாகக் கிளம்பியது என்பதை இந்த நாவல் காட்டுகிறது. அதே சமயக்கலவரத்துடன் சாதியும் சேர்ந்துகொண்டு பேயாட்டம் நடத்தியதையும் சில இடங்களில் தெரிவித்துள்ளேன்.

இந்த நாவலில் ஓர் உண்மைக் காதலைக் கற்பனை சேர்த்து உலவ விட்டுள்ளேன். அந்தக் காதலுக்கு முன் சாதியின் வேர் அறுபடுவதை அப்படியே காட்டியுள்ளேன். அவ்வாறு சரிகிற சூழ்நிலையிலும் அது தனது கோர முகத்தைக் காட்டி அச்சம் ஊட்டுவதையும் வெளிப்படுத்தியுள்ளேன்.

இந்த நாவலில் சொல்லப்பட்டுள்ள நிகழ்ச்சிகள் பெரும்பாலும் கற்பனை சார்ந்தவையே. உண்மையில் நிகழ்ந்த நிகழ்ச்சிகளைக்கூட நாவல் போக்கிற்கு ஏற்ப மாற்றியே அமைத்திருக்கிறேன்.

இந்த நாவலில் இடம்பெற்றுள்ள பெயர்களைக் கொண்டோர் பலரும் இப்போதும் கன்னியாகுமரி மாவட்டத்தின் தென்பகுதியில் இருப்பார்கள். இந்தப் பெயர்கள் நாவலின் போக்கிற்கேற்ப அமைந்த பெயர்களே தவிர யாரையும் குறிப்பவை அல்ல.

இந்த நாவலுக்கு மிகச்சிறந்த அணிந்துரை ஒன்றைப் பேராசிரியர் சு. வேங்கடராமன் அவர்கள் வழங்கியுள்ளார்கள். என்னிடம் எப்போதும் அன்பு காட்டும் பேராசிரியர் அவர்கள் மனமுவந்து வழங்கியுள்ள அணிந்துரைக்கு மனப்பூர்வமான என் நன்றியைத் தெரிவித்துக்கொள்கிறேன். திறனாய்வு உலகில் அனைவராலும் அறியப்பட்டவர் பேராசிரியர் க. பஞ்சாங்கம் அவர்கள். தேரிமணல் என்னும் இந்த நாவலை, அவர்கள்

திறனாய்வு செய்தால் சிறப்பாக இருக்கும் என்று கருதி அவர்களை அணுகினேன். பேராசிரியரும் அதற்கு ஒப்புக்கொண்டு திறனயாய்வு செய்து தந்துள்ளார். பேராசிரியர் க. பஞ்சாங்கம் அவர்களுக்கு என் நன்றி.

திருவாரூரில் உள்ள திரு.வி.க. அரசு கலைக் கல்லூரியின் பேராசிரியர் அ. ஜான்பீட்டர் அவர்கள், கத்தோலிக்கக் கிறிஸ்தவம் தொடர்பான பல ஐயங்களை நீக்கி உதவினார். அவருக்கு என் நன்றி.

முனைவர் த.ஆதித்தன் அவர்களும், மருத்துவர் த. ஸ்ரீராம்குமார் அவர்களும் இந்த நாவல் ஆக்கத்தின் பல்வேறு நிலைகளில் பெரிதும் துணை புரிந்துள்ளார்கள். அவர்களுக்கு என் நன்றி!

சென்னை, மாநிலக் கல்லூரியின் பேராசிரியர் மு. ஹம்சா அவர்கள் மண்டைக்காட்டுக்கு அருகில் உள்ள குளச்சலைச் சேர்ந்தவர். மண்டைக்காடும் அதன் சுற்றுப் பகுதிகளும் நாவலில் இடம் பெறுவதால் நாவலின் பிரதியை அவர்களிடம் கொடுத்துக் கருத்துக் கேட்டேன். அவர்கள் இந்த நாவலை முழுமையாகப் படித்துத் திருத்தம் தந்து உதவினார்கள். அவர்களுக்கு என் நன்றி!

இந்த நாவல் வெளிவரப் பல தளங்களில் துணைபுரிந்த பேராசிரியர் கே. பழனிவேலு (அரசு கலைக்கல்லூரி, கடலூர்) கவிஞர் க. மணிமேகலை ஆகியோருக்கு என் நன்றி.

புள்ளினங்காள் வெளியீட்டின் பொறுப்பாளர் நா.கௌசிகன் அவர்களுக்கு என் நெஞ்சார்ந்த நன்றி.

முகிலை, குமரி   முகிலை இராசபாண்டியன்
629701
18.11.2004

1

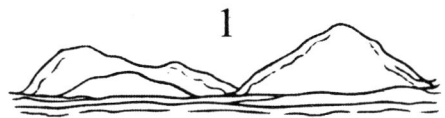

இன்றைக்கு எப்படியாவது பொழியை வெட்டிவிட வேண்டும் என்ற முடிவோடு தோளில் மண்வெட்டியுடன் நடந்தார் சின்னத்துரை. அவரைத் தொடர்ந்து ஏழு எட்டுப் பேர் நடந்து போனார்கள்.

ஒரு வாரமாய் அடைமழை. வெளியில் கூட வரமுடியவில்லை. இன்றைக்குக் காலையிலிருந்து கொஞ்சம் மழை வெறித்திருக்கிறது. இப்போது விட்டால் முடியாது என்று வேகமாக நடந்தார் அவர்.

மீண்டும் மழை வருவதற்கு அறிகுறி எதுவும் இல்லை என்றாலும் எதையும் உறுதியாகச் சொல்ல முடியாது. எவ்வளவு சீக்கிரம் வெட்ட முடியுமோ அவ்வளவு சீக்கிரம் வெட்டிவிடுவது என்று வேகமாக நடந்தார்கள்.

“ஏ... என்ன? வெள்ளனையே போறீய...” என்றான் பெஞ்சமின்.

விடிவதற்குள் போய், பொழி வெட்டிவிட வேண்டும் என்று நினைத்திருந்த சின்னத்துரை அப்போது அங்கே பெஞ்சமினை எதிர்பார்க்கவில்லை. அவனிடம் பொய் சொல்லிவிட்டுப் போனாலும் உண்மை தெரிந்துவிடும் என்று நினைப்பதற்குள் அவருடன் வந்த பண்டாரக்குட்டி சொன்னான்.

“பொழி வெட்டப் போறோம் ஓய்... கதம்பல் பாந்து எல்லாம் மழைத் தண்ணியில மெதக்குது” என்றான்.

“மழை கொள்ளாமா?” என்றான் பெஞ்சமின்.

“கொள்ளாமா? ஒங்க வீட்டு மழை எங்க வீட்டு மழையா? பேய் மழை, ஊத்திடுச்சி ஓய்!” என்ற சின்னத்துரை நிற்காமல் வேகமாக நடந்தார்.

பெஞ்சமினும் கடலை நோக்கி நடந்தான்.

பொழிமுகத்துக்குப் போன சின்னத்துரையும் மற்றவர்களும் எந்த இடத்தில் மணலை வெட்டினால் கழி வெள்ளம் கடலுக்குள் போகும் என்று பார்த்தார்கள்.

நேரம் இன்னும் விடியாததால் இருட்டாகவே இருந்தது. கன்னியாகுமரியில் இருக்கும் லைட் ஹவுசின் வெளிச்சத்தில் கடல் மணல் ஓரளவு தெரிந்தது.

பொழி வெட்டுவதற்கான இடத்தைப் பார்த்த சின்னத்துரை, கடலை எட்டிப்பார்த்தார். கடல் அடி அதிகமாக இருந்தது.

“ஏண்ணே... நாம பொழியை வெட்டிவிட்டாலும் கடல் அடிச்சி ஏத்திடும் போல இருக்கே...” என்றான் பண்டாரக்குட்டி.

“‘ஆமாடே... அடிச்சி ஏத்தும் போலத்தான் இருக்கு. ஆனா, கழி தெவங்கி நிக்கிறதால இழுத்துக்கிட்டு ஓடிடும், நீ வெட்ட ஆரம்பி...” என்றார் சின்னத்துரை.

பண்டாரக்குட்டியும் மற்றவர்களும் மண்வெட்டியால் வெட்டத் தொடங்கினார்கள்.

மணக்குடி ஊரின் நடுவில் இருந்தது அந்தக் கழி. கழி கிழக்கே இருப்பதைக் கீழ மணக்குடி என்றும் மேற்கே இருப்பதை மேல மணக்குடி என்றும் சொல்வார்கள்.

பழையாறு என்னும் ஆறு, கடலில் சேரும் இடம்தான் அந்தக் கழிமுகப்பகுதி.

பொழி ஓடிவிட்டால் கீழ மணக்குடிக்காரர்கள் மேல மணக்குடிக்கு நடந்துபோக முடியாது; வள்ளத்தில்தான் போக முடியும்.

நேரம் விடியத் தொடங்கியது.

கீழ மணக்குடியிலிருந்து நான்கைந்து பேர் பொழி முகத்தை நோக்கி நடந்து வந்தார்கள். அருகில் வந்ததும் அவர்களுடன்

பெஞ்சமினும் இருப்பதைச் சின்னத்துரை கண்டார். அவருக்கு ஏதோ புரிவதுபோல் இருந்தது.

“ஏ... நிறுத்தும் ஓய்! பொழி வெட்டாதேயும்...” என்று தடுத்தார் லாசர்.

“நாங்க பொழி வெட்டினா ஓமக்கு என்ன ஓய்? ஓம்ம சோலியைப் பாத்துக்கிட்டுப் போவும்...” என்றான் பண்டாரக்குட்டி.

“இதுதான் ஓய் எனக்க சோலி...”

“பொழி வெட்டுறதைத் தடுக்கிறதுதான் ஓம்ம சோலியா?''

“வெட்டாதேயும்னா வெட்டாம போக வேண்டியதுதான ஓய்” என்று சொல்லியபடி பண்டாரக்குட்டிக்கு அருகில் வந்தான் ஒருவன்.

“வெட்டினா என்னலே செய்திடுவே...” என்று மண்வெட்டியில் பிடித்திருந்த பிடியை இறுக்கினான் பண்டாரக்குட்டி.

“நீ பொறுமையா இரு மக்கா” என்று அவனது தோளில் கை வைத்தார் சின்னத்துரை.

“என்னலே இறுவுறீரு? ஓமலுக்குக் கொண்டு போயிடுவேன்... ஓமு ” என்றான் ஒருவன்.

அவனைத் தடுத்த லாசர், “தானே பொழி ஓடினா ஓடட்டும்; வெட்டி விடாதேயும்னுதான் சொல்றோம். அதுக்கு ஏன் வம்புக்கு வர்றியே...?” என்றார்.

“கழி பெருகி நிக்குவு ஓய். கதம்பல் பாந்து எல்லாம் தண்ணியில மெதக்குது. மணக்குடித் திருப்புவரைக்கும் தண்ணி வந்திடுச்சி. ஓம்ம வீட்டுக்குள்ள கழி வெள்ளம் வந்திதுன்னா சும்மா இருப்பீரா?” என்றார் சின்னத்துரை.

“பொழி ஓடிச்சின்னா, எங்க சனங்க கார் ஏறப்போறதுக்குத் தோப்புக்குள்ள போய் வள்ளத்தில ஏறணும் ஓய்...! புடிச்ச மீனைப் பதமா சீக்கிரமா கொண்டுசேக்க முடியாது” என்றார் லாசர்.

“ஒங்களுக்கு நோவுதுன்னு நாங்க பொழி வெட்டாம இருக்க முடியுமா?”

“அப்போ ஒங்களுக்கு நோவுதுன்னா மட்டும் பொழி வெட்டுவியளோ?” என்று எதிர்த்துப் பேசினார் லாசர்.

“வெட்டினா என்னலே செய்விய?” என்றான் பண்டாரக்குட்டி.

“பொறுமையா இருடே” என்று மீண்டும் சொன்னார் சின்னத்துரை.

“நீர் சும்மா இரும் ஓய். இந்த சாதி பயலுவளுக்குப் பயந்து போகணும்னு சொல்றீரா? நான் பொழி வெட்டுறேன். எந்தப் பய என்ன பண்ணிப்புடுறான்னு பாக்கிறேன்” என்று மண்வெட்டியால் வெட்டத் தொடங்கினான்.

பண்டாரக்குட்டியைத் தொடர்ந்து மற்றவர்களும் பொழி வெட்டினார்கள்.

வெட்டியவன் ஒருவனின் மண்வெட்டியைத் தடுத்தான் பெஞ்சமின். அவன் தடுத்ததை மீறி மண்வெட்டியை மேலே தூக்கினான் அவன். அப்போது மண்வெட்டி அவனது முகத்தில் பட்டு லேசாக இரத்தம் கசிந்தது.

இரத்தம் கசிந்ததைப் பார்த்ததும் பண்டாரக்குட்டிக்கு ஆத்திரம் வந்தது. மண் வெட்டியால் வெட்டுப்பட்டவனைத் தள்ளி நிற்கச் சொல்லிவிட்டு, பெஞ்சமினை நோக்கி நகர்ந்தான்.

என்ன செய்வது என்று புரியாமல் திகைத்து நின்றார் சின்னத்துரை.

அதற்குள் பெஞ்சமினைப் பிடித்து அடித்துக் கீழே தள்ளிவிட்டான் பண்டாரக்குட்டி.

லாசரும் மற்றவர்களும் சேர்ந்து பண்டாரக்குட்டியை விலக்கிவிட்டார்கள். பெஞ்சமினுக்கு அடிபட்ட ஆத்திரம். என்னென்னமோ உளறினான். எதுவும் வாயிலிருந்து தெளிவாக வரவில்லை என்றாலும் அந்த விடியற்காலையில் அவனது சத்தம் ரொம்ப தூரம் கேட்டது. அங்கொருவர் இங்கொருவராக நின்ற மணக்குடி ஊர்க்காரர்கள் பொழி முகத்தில் கூடிவிட்டார்கள்.

“என்ன ஓய் இது. பொழி வெட்டப்புடாதுன்னா போயிருக்க வேண்டியதுதான ஓய். இப்பிடிக் கலாட்டா ஆக்கிப்புட்டீங்களே” என்றார் வந்தவரில் ஒருவர்.

“ஓம்ம ஊர்ல நாங்க வந்ததால்தான ஓய் நீரு இளக்காரமா பேசுறீரு” என்றார் சின்னத்துரை.

“அப்பிடி இல்லை ஓய்! சண்டை கிண்டை வேண்டாம்னு சொல்றேன். அவ்வளவுதான்.”

“நாங்களா ஓய் சண்டைக்கி வந்தோம். பொழி வெட்ட வந்த எங்களைப் பொழி வெட்ட விட்டிருந்தா எதுக்கு ஓய் சண்டை வருது. என்னமோ கவர்மென்டு, கடலை ஓங்களுக்குப் பாட்டத்துக்கு விட்டது போலப் பேசறீரு” என்றான் பண்டாரக்குட்டி.

“கடலு எல்லாருக்கும் பொதுவானதுதான் ஓய். நாங்க கடலுக்குள்ள மீன் பிடிக்கிறது போல, நீரும் போய் மீன் பிடியும். யார் தடுக்கிறா? பொழி வெட்ட வேணாங்கிறோம்...”

“இந்த அலவாக் கரையை ஓமக்கா எழுதி வச்சிருக்கு. பொழி வெட்டப் புடாதுன்னு சொல்றதுக்கு” என்ற சின்னத்துரையைத் தடுத்தார் ஜோசப்.

“இப்பிடி ஏணைக்கிக் கோணைன்னு பேசாதேயும்... இங்ஙன புடிக்கிற மீனுவளை மேல மணக்குடிக்கிக் கொண்டுபோறதுக்கு எடைஞ்சலா இருக்கும்னுதான் தடுக்கிறாவ. நீர், ஒண்ணையும் பெருசா எடுத்துக்காதேயும்” என்று ஜோசப் சமாதானமாகச் சொன்னது சின்னத்துரைக்குப் பிடித்திருந்தது.

“இப்ப நீர் பேசறது போல மொதல்லே பேசியிருந்தீர்னா இவ்வளவு பிரச்னை வந்திருக்குமா? கழி வெள்ளம் கடல்ல வடியிறதுக்குத்தானே ஓய் பொழி வெட்டறோம். ஓம்ம ஊரை அழிக்கிறதுக்கா பொழி வெட்டறோம்'' என்றான் பண்டாரக்குட்டி.

“இந்தாப் பாரும் ஓய்! மம்பட்டியை எடுத்து குட்டிக் கண்ணு மூஞ்சியில வெட்டியிருக்கிறதைப் பாரும். இப்பிடித் திண்டுக்கு முண்டா நின்னா எப்பிடி ஓய் ஒத்துமையா வாழ முடியும்?” என்று சின்னத்துரை சொன்னதும் குட்டிக்கண்ணின் முகத்தைப் பார்த்தார் ஜோசப்.

மண்வெட்டி பட்டதால் லேசான சிராய்ப்பு மட்டும் இருந்தது.

“வெட்டணும்னு வெட்டலை ஓய். மம்பட்டியைத் தடுத்தேன். அது அவரு மொகத்தில பட்டிருச்சி!” என்று விளக்கினான் பெஞ்சமின்.

“இப்ப என்ன சொல்றீய, பொழி வெட்டலாமா வெட்டப்புடாதா?” என்று கேட்டார் சின்னத்துரை.

“பொழி வெட்டுறதுக்குன்னு வந்துகிட்டு வெட்டாபோனா எப்பிடி, நீங்க வெட்டுங்க” என்றார் ஜோசப்.

“ஏ... என்ன சொல்றீரு... பொழி ஓடிச்சின்னா வள்ளத்துல ஏறுறதுக்கு நீர் சக்கரம் கொடுப்பீரா?” என்று ஜோசப்பைப் பார்த்துக் கோபமாகக் கேட்டார் லாசர்.

“நீ சொல்லியது நியாயம் இல்லடே! வள்ளத்துக்குக் குடுக்கிற நாலணாவைப் பாத்தா, கழி வெள்ளம் கதம்பலை மெதத்திப்புடுமேடே... அது அவியளுக்கு நஷ்டமில்லையா?” என்று விளக்கினார் ஜோசப்.

“நீங்க வள்ளத்துக்குப் பைசா குடுக்கிறது போல நாங்களும் பைசா குடுத்துத்தான் போவணும். எங்க ஊருக்குள்ளே இருந்து அரிசி விக்க வாறவிய நீச்சல் அடிச்சியா போவாங்க. அவியளும் வள்ளத்திலதான் போவாங்க...” என்றார் சின்னத்துரை.

“ஆளுக்கு ஆளு பேச்சை வளத்தாதீங்க. அந்தா சாமியார் வாறாரு. அவுரு சொல்றதைக் கேப்போம்” என்றார் ஜோசப்.

சின்னத்துரைக்கும் அவரோடு வந்தவர்களுக்கும் சாமியார் வருவது பிடிக்கவில்லை. கடல் அலையைப் பார்ப்பதுபோல் ஒரு சிலர் திரும்பி நின்றார்கள். கழி வெள்ளம் கரையில் மோதும்போது உண்டாகும் சத்தத்தைக் கேட்பதுபோல் ஒன்றிரண்டு பேர் திரும்பி நின்றார்கள்.

“தோத்திரம் சாமி...” என்று மணக்குடி ஊர்க்காரர்கள் எல்லோரும் ஒருமித்த குரலில் சொன்னார்கள்.

அப்போதுதான் அவரைப் பார்ப்பதுபோல் சின்னத்துரை திரும்பிப் பார்த்தார். சின்னத்துரையைப் பார்த்துக் கைகூப்பி வணங்கினார் சூசை பாதிரியார். சின்னத்துரையும் பதிலுக்கு வணக்கம் சொன்னார். பண்டாரக்குட்டியும் மற்றவர்களும் சேர்ந்து

வணக்கம் சொன்னார்கள். அவர்களை ஆசீர்வதிப்பதுபோல் கைகளை உயர்த்தி நெஞ்சுக்குமேல் சிலுவைக் குறி வரைந்தார் பாதிரியார்.

"இங்கே என்ன பிரச்சனை?" என்று அமைதியாகக் கேட்டார் அவர்.

"ஒண்ணுமில்லே ஃபாதர். பொழி வெட்டுறதுக்கு இவுங்க எல்லாரும் வந்திருக்காங்க. நாங்க பொழி வெட்டக்கூடாதுன்னு சொல்றோம்" என்றார் ஜோசப்.

"பொழியை வெட்டினாத்தான் பெருகி நிக்கிற கழி வெள்ளம் கடலுக்குள்ளே போகும். பொழி வெட்டறது நல்லதுதானே..."

"அதுக்கில்ல சாமி... நம்ம சனங்க எல்லாரும் மேல மணக்குடியில போய் பஸ் ஏறுறதுக்குக் கஷ்டமா இருக்குமேன்னுதான் தடுக்கிறோம்."

"கழி பெருகி நின்னா அவங்களுடைய தொழிலுக்கு மட்டும் இல்லை, உங்க வீட்டுக்கும்தான் சேதம் வரும். மேலமணக்குடிக்குப் போறவங்க வள்ளத்தில போக வேண்டியதுதானே..."

"வள்ளத்துக்குக் குடுக்க காசுக்கு என்ன பண்றதுன்னு கேட்கிறாங்க" என்றார் ஜோசப்.

"காசுதானே பிரச்சனை. அதை நான் பாத்துக்கிடுறேன். நம்ம தேவாலயத்தில இருந்து அதுக்கு ஏற்பாடு பண்ணலாம். பொழியை வெட்ட விடுங்க. என்ன சம்மதமா?" என்று மணக்குடிக்காரர்களின் முகத்தைப் பார்த்தார் பாதிரியார்.

"சாமி சொன்னா சரிதான்" என்றார் ஜோசப்.

பண்டாரக்குட்டியிடமும் மற்றவர்களிடமும் இருந்த மண்வெட்டியை வாங்கி பெஞ்சமினும் மணக்குடிக்காரர்களும் பொழி வெட்டினார்கள்.

உதித்து வந்த சூரியனின் ஒளி அவர்கள் மேல் பட்டது. பாதிரியார் கடற்கரை ஓரமாக நடக்க ஆரம்பித்தார்.

※

2

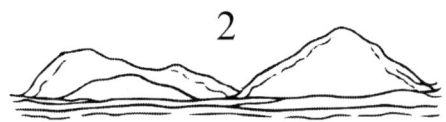

கடல் அலை உருண்டு திரண்டு கரையை நோக்கி வந்தது. கழியில் இருந்து வெள்ளம் கடலுக்குள் போனது. கடலுக்குள் போன கழி வெள்ளத்தால் கடல் அலையின் வேகம் தணிந்தது. அலையின் கீழே வேகமான நீரோட்டம் போல் கழி வெள்ளம் பாய்ந்து கடலுக்குள் போனது.

திடீரென்று பொழி ஓடியதால் மேல மணக்குடிக்கு நடந்துபோவதற்காக வந்த பலர் அங்கே நின்றனர். கழி வெள்ளத்தின் இழுப்பு அதிகமாக இருந்ததால் இறங்கி நடந்துபோக முடியாது. வள்ளம் விடுவதற்கு இன்னும் ஏற்பாடு ஆகவில்லை.

அரிசி வியாபாரத்திற்குத் தெங்கம் புதூருக்குப் போகிறவர்களும் பொழி முகத்திற்கு வந்தார்கள்.

அங்கே இருந்த மீனவர்கள், சிலரைக் கட்டுமரத்தில் ஏற்றிக் கழியைக் கடத்திவிட்டார்கள். கட்டுமரத்தில் ஏறிப்போவதற்குப் பயந்துபோன பலர் அங்கேயே நின்றார்கள். கட்டுமரத்தில் ஏறிப்போனவர்களில் அதிகம் பேர் மீனவர்கள்தான். வள்ளம் வரும் என்ற நம்பிக்கையில் மற்றவர்கள் அங்கே காத்து நின்றார்கள்.

நேரம் கடந்துகொண்டே இருந்ததால் ‘வள்ளம் வருமா, வராதா’ என்ற சந்தேகம் தோன்றியது. யாரைப் பார்த்துக் கேட்பது என்று தெரியாமல் எல்லோரும் நின்றார்கள்.

அப்போது அங்கே வந்த ஒருவர், “வள்ளம் இங்க வராது. வடக்க போனீங்கன்னா போலாம்” என்றார்.

‘முன்பே அந்தப் பக்கம் போயிருந்தால் வள்ளத்தில் போயிருக்கலாம்’ என்ற எண்ணம் அவர்களிடம் ஏற்பட்டதைக்

கண்ட அவர், "இப்பதான் விடப்போறாங்க, அவசரம் இல்லாம மெல்லமா போங்க…" என்றார்.

வள்ளம் விடும் இடத்திற்கு வந்தவர்களிடம் தலைக்கு நாலணா வீதம் வசூலித்துக் கொண்டிருந்தார்கள். வள்ளம் புறப்படும் நேரத்தில் ஒருவர் ஓடிவந்தார்.

"ஏ… நிறுத்துடே… நானும் வாறேன்…" என்ற அவர், காலில் கிடந்த செருப்பை ஒரு கையிலும் குடையை ஒரு கையிலும் வைத்துக்கொண்டு கழியில் நின்ற தண்ணீரில் இறங்கினார். தண்ணீர் ஆழமாக இருந்ததால் வள்ளத்தைக் கொஞ்சம் கரைக்குக் கொண்டுவரச் சொன்னார்.

வேண்டாவெறுப்பாக வள்ளத்தைக் கரைக்கு இழுத்தார்கள். கழை போடுபவன் மூங்கிலை வள்ளத்தின் குறுக்காகப் போட்டுவிட்டு நின்றான். ஓடிவந்து வள்ளத்தில் ஏறியவர் பாலையா, கோயில்விளை ஊர்க்காரர். தினந்தோறும் மேலமணக்குடியில் போய் பஸ் ஏறிப் பறக்கைக்குப் போவார். அங்கே மரக்கடை வைத்திருக்கிறார். கடைசியாக வந்து ஏறியதால் கழை போடுபவருக்கு அருகே நின்றுகொண்டு வந்தார். வள்ளத்தில் ஏறியதும் கையிலிருந்த செருப்பை மீண்டும் காலில் போட்டுக்கொண்டார்.

கரையில் நின்று காசு வசூலித்தவன் வள்ளத்தைத் தள்ளிக்கொண்டே வந்தான். முழங்கால் அளவு தண்ணீருக்குள் வந்ததும் தாவி வள்ளத்தில் ஏறிக்கொண்டான்.

கழை குத்துபவன், கழையை தண்ணீருக்குள் வேகமாக இறக்கினான். அது தரையைத் தொட்டதும் கழையை அப்படியே தரையில் அழுத்தினான். அந்த அழுத்தத்தால் வள்ளம் தண்ணீரில் முன்னோக்கி நகர்ந்தது. கழையைத் தண்ணீருக்கு வெளியே எடுத்தான். அதன் அடியில் ஒரு அடி நீளத்திற்கு சேறு இருந்தது. மீண்டும் மீண்டும் கழையைத் தண்ணீருக்குள் செலுத்தி வள்ளத்தை நகர்த்தினான்.

ஆடாமல் அசையாமல் கழியின் குறுக்காக வள்ளம் சென்றது. கழியின் நடுப்பகுதிக்கு வரும்போது வள்ளம் கடலை நோக்கித் திரும்பியது. அந்த இடத்தில் வெள்ளத்தின் இழுப்பு, கடலை

நோக்கி வேகமாக இருந்ததால் வள்ளம் அடுத்த கரைக்குப் போகாமல் கடலை நோக்கித் திரும்பியது.

"ஓய்... வள்ளத்தை வேகமாக் குத்தும். கடலுக்குள்ளே விட்டிடாதேயும்..." என்று குரல் கொடுத்தார் பாலையா. காசு வசூல் செய்தவனும் இன்னொரு கழையை எடுத்துக்கொண்டு தண்ணீரில் குத்தினான்.

தண்ணீரில் இறங்கிய கழையிலிருந்து தண்ணீர் சொட்டுவதைப்போல் கழை குத்தியவர்களின் உடலிலிருந்து வியர்வை சொட்டியது.

தண்ணீரின் இழுப்புக்கு ஏற்றாற்போல் திரும்பிய வள்ளம் மீண்டும் கரையை நோக்கித் திரும்பியது. இருவரும் மாறிமாறிக் கழை குத்தியதால் வள்ளத்தின் போக்கு வேகமாகக் கரைக்கு முன்னேறியது.

வள்ளம் திரும்பிய வேகத்தில் ஓரத்தில் இருந்த அரிசிப்பெட்டி, கழிக்குள் சாய்ந்தது. அரிசிப் பெட்டியைப் பிடிப்பதற்காகத் தங்கக்கண் வள்ளத்திற்கு வெளியே குனிந்தாள்.

"ஏ... இந்தாம்மா! தண்ணிக்குள்ள விழுந்திடாதே..! நேரேகடலுக்கு இழுத்துட்டுப் போயிடும்!" என்று வேகமாகக் கத்தினான் வள்ளம் குத்தியவன்.

"அரிசிப் பெட்டி கழிக்குள்ளே விழுந்திடுச்சு..."

"அட, அரிசி போனா போகட்டும்மா... நீ தண்ணிக்குள்ள விழுந்திடாதே" என்றார் பாலையா.

"பத்துப் பக்கா அரிசி தண்ணியில வீணாப்போச்சே! நான் இனி என்னத்தை வச்சி யாவாரம் பண்ணுவேன்..."

"கவலைப்படாதேம்மா. தலைக்கு வந்தது தலைப் பாகையோட போச்சுங்கறது போல உன் கெட்ட நேரம் அரிசியோட போச்சுன்னு நெனைச்சுக்கோம்மா..." என்று பாலையா சொன்னது அவளை ஆறுதல்படுத்தவில்லை என்றாலும் 'வேறு எதுவும் செய்ய முடியாது' என்று தங்கக்கண்ணுக்குத் தோன்றியது.

வள்ளம் கரைக்கு வந்தது. வள்ளத்தைக் கரைக்கு இழுத்து வந்து இறங்குவதற்கு வசதியாகச் சாய்த்துப் பிடித்தான் வள்ளம்

குத்துபவன். ஒவ்வொருவராக எல்லோரும் கீழே இறங்கிப் போனார்கள்.

தங்கக்கண் மட்டும் கீழே இறங்காமல் வள்ளத்திலேயே இருந்தாள்.

"கீழே எறங்கும்மா, வள்ளத்தைத் திருப்பணும்" என்றான் வள்ளம் குத்துபவன்.

"கொண்டுவந்த அரிசியைக் கழியில வெதைச்சாச்சி. இனி கீழே எறங்கிப்போய் என்ன பண்றது. அப்பிடியே வீட்டுக்குத்தான் போவணும்" என்று தங்கக்கண் சொன்னது எல்லோரையும் சோகத்தில் ஆழ்த்தியது.

அவள் சொன்னதைக் கேட்டபடியே குடையை விரித்தபடி நடந்தார் பாலையா.

தங்கக்கண்ணுக்கும் கோயில் விளைதான். அவனது புருஷன் மாசானமுத்து இறந்து நான்கு வருஷம் ஆகிவிட்டது.

இருந்த ஒரே ஓலைக் குடிசையில் தனியாக வாழ்கிறாள். அவன் உயிரோடு இருந்தபோதும் அவள் பெரிதாக ஒன்றும் வாழ்ந்துவிடவில்லை.

தினந்தோறும் தவறாமல் வேலைக்குப் போவது போலவே அவன் தினந்தோறும் குடிக்கவும் தவறுவதில்லை. அன்றாடம் வேலை செய்வதே குடிப்பதற்குத்தான் என்பதே அவனது வாழ்க்கை முறை. நல்ல வேளையாகக் குழந்தை எதுவும் பிறக்கவில்லை.

புருஷன் இருக்கும்வரை பலநாள் பட்டினி கிடந்த தங்கக்கண் அவன் இறந்த பிறகு அரிசி வியாபாரம் செய்து பிழைத்து வருகிறாள். அதற்கும் இன்று முற்றுப்புள்ளி விழுந்துவிட்டது. இனி என்ன செய்வது என்று அவளுக்குப் புரியவில்லை.

எதிர்காலம் இருண்ட காலமாகத் தோன்றியது. கட்டியவனும் இல்லை. கடமைக்காக வாழ்வதற்கு ஒரு குழந்தையும் இல்லை. எதற்காக உயிரோடு இருக்க வேண்டும் என்று நினைத்த தங்கக்கண் வீட்டுக்குப் போகவில்லை.

காற்றாடி மரங்கள் நெருக்கமாய் வானத்தை நோக்கி வளர்ந்து நின்றன. அதன் ஊசி இலைகளில் பனித்துளிகள் தங்கி நின்றன. கடற்கரை மணலில் நிற்கும் அந்த மரங்களின் இடையே காற்று ஊளையிட்டது.

வள்ளத்திலிருந்து இறங்கிய தங்கக்கண் அந்தக் காற்றாடி மரங்களின் இடையே நடந்து வந்தாள். தாழைமரங்களும் சப்பாத்திக்கள்ளிச் செடியும் நிறைந்த அந்தப் பாதையில் தனியாக வருவதற்கு எல்லோரும் பயப்படுவார்கள். ஆனால், தங்கக்கண் பயப்படாமல் நடந்து வந்தாள்.

வாழவேண்டும் என்று நினைத்தால்தானே பயப்பட வேண்டும். தாழம்புதருக்குள் இருந்து பாம்பு வந்தால் என்ன? சப்பாத்திக்கள்ளிச் செடிக்குள் இருந்து கொள்ளிவாய்ப் பிசாசு வந்தால் என்ன? கடலில் போகப் போகிற உயிர், பாம்பு கடித்துப்போனால் என்ன, பேயடித்துப் போனால் என்ன? என்ற நிலைக்கு வந்ததால் தங்கக்கண் வேகமாக நடந்தாள்.

காற்றாடி மரங்கள் நிறைந்த அந்தப் பகுதியைத் தாண்டிவிட்டால் மணல் தேரிகள்.

அந்த மணல் தேரிகளைக் கடந்துவிட்டால் கடல்தான். மரங்களின் இடையே வந்த தங்கக்கண்ணை யாரும் பார்க்கவில்லை. தேரிமணல் காட்டுக்கு வந்தாலும் யாரும் பார்க்க முடியாது. ஒரு பனை உயரத்திற்கு இருக்கும் அந்தத் தேரிமணலுக்கு இடையே நடந்து சென்றால்கூட யாருக்கும் தெரியாது.

காற்றாடி மரங்களைக் கடந்து நடந்தாள் தங்கக்கண்.

'இன்னும் சில நிமிடங்களில் உயிர் போய்விடும். உயிர்போன உடலை அலை இழுத்துக்கொண்டு எங்கே ஒதுக்குகிறதோ தெரியாது. உயிர் இருக்கும் வரைதான் இந்தக் கவலைகள் எல்லாம். உயிர் போன பிறகு எங்கே, எப்படி ஒதுங்கினால் என்ன?' என்ற எண்ணத்துடன் வேகமாகக் கடலை நோக்கி நடந்தாள் தங்கக்கண்.

கடலின் அலைகள் அவளை 'வா' என்று அழைப்பது போல் கரையை நோக்கி வந்தன. அந்த அலைகளைத் தாண்டி நடந்தாள் தங்கக்கண்.

❋

3

முன்னால் மூன்று ஊசிக் கோபுரங்கள். பின்னால் பெரிய மணியுடன் கூடிய மணிக்கோபுரம். இடையில் ஓட்டுக்கூரை வேய்ந்த பெரிய மண்டபம். பக்கத்தில் சாமியார் தங்குவதற்கும். ஆல்டர் பாய்ஸ் என்னும் பலிபீடப் பையன்கள் தங்குவதற்கும் வசதியான வீடுகள் இருந்தன.

கீழமணக்குடி ஊரின் மேற்குப் பக்கத்தில் கடற்கரை அருகில் இருந்தது அந்தக் கிறிஸ்தவ தேவாலயம்.

கீழமணக்குடியின் கிழக்குப் பக்கம் குருசடி இருந்தது. அதில் மிக்கேல் சாமி பெரிய ஈட்டியுடன் பிசாசுகளைக் கொன்று கொண்டிருந்தார். கெட்ட வாதைகளை அழித்து நல்ல ஆவிகளை மிக்கேல் சாமி காப்பார் என்ற நம்பிக்கையில் அவர்கள் கவலை இல்லாமல் வாழ்ந்து வந்தார்கள்.

கவலை உள்ளவர்களும் இல்லாதவர்களும் மிக்கேல் சிலையின் கீழே மெழுகுத் திரிகளை ஏற்றி வணங்கினார்கள். தொடர்ந்து மெழுகுத்திரி ஏற்றப்படுவதால் அந்தப் பீடம் முழுவதும் உருகிய மெழுகுகள் காணப்பட்டன.

அந்தக் காலை வேளையிலும் பத்துப் பதினைந்து மெழுகுத்திரிகள் எரிந்து கொண்டிருந்தன. நான்கைந்து பேர் தரையில் முழங்காலிட்டபடி தலையில் முக்காட்டுடன் வணங்கிக் கொண்டிருந்தார்கள்.

பொய்யும் புரட்டும் போட்டியும் பொறாமையும் நிறைந்த இந்த உலகில் உள்ள துன்பங்களிலிருந்து மிக்கேல் சாமி காப்பார் என்ற நம்பிக்கை அவர்களின் முகத்தில் தெரிந்தது.

காலையில் தேவாலயத்திற்குப் போவதற்கு முன்னால் அல்லது போய்விட்டு வரும்போது இவ்வாறு மிக்கேலை வணங்குவார்கள்.

கொஞ்சநேரத்திற்குப் பிறகு ஒவ்வொருவராக எழுந்து தேவாலயத்தை நோக்கி நடந்தார்கள். அந்தத் தேவாலயத்தில் கட்டப்பட்ட மணி முன்பெல்லாம் ஒவ்வொரு பூசையை அறிவிப்பதற்கும் தவறாமல் ஒலிக்கும். இப்போது ஒரு மாதமாய் அது ஒலிப்பதில்லை. மணிக்கூண்டின் மேல் ஏற்பட்ட பழுதால் அதை இறக்கி வைத்திருக்கிறார்கள். ஒவ்வொருவரும் தாங்களாகவே நேரத்தைப் பார்த்து, கோயிலுக்குப் போனார்கள்.

கோயிலின் உள்ளே இருந்த மேடையில் பூசைக்குரிய ஏற்பாடுகளை ஆல்டர் பாய்ஸ் செய்து கொண்டிருந்தார்கள். திராட்சை ரசப் பாத்திரமும் நன்மை பாத்திரமும் அருகருகே இருந்தன.

பலிபீடம் என்னும் அந்த மேடையில் பூக்கள் தூவப்பட்டிருந்தன. மெழுகுத் திரி ஏற்றி வைக்கப்பட்டிருந்தது.

அருகில் இருந்த திருச்சிலுவையில் இயேசு பாடுபட்டுக் கொண்டிருந்தார். சங்கிலியுடன் இணைக்கப்பட்ட தூபக்காலும், தீர்த்தச் சொம்பும் பன்னீர்ச் சொம்பும் வைக்கப்பட்டிருந்தன. அருகே புனித பைபிள் ஒன்றும் இருந்தது.

ஒவ்வொருவராக வந்து சேர்ந்து கோயிலின் பெரும் பகுதி நிறைந்துவிட்டது. பெண்கள் எல்லோரும் தலையில் முக்காடு போட்டிருந்தார்கள். இளம்பெண்களில் பலர் லேஸ் வேலைப்பாடு செய்யப்பட்ட துணிகளைத் தலையில் முக்காடாகப் போட்டிருந்தார்கள்.

சூசை பாதிரியார் வந்து திருப்பலியைத் தொடங்கினார். அவரது உடல் முழுவதையும் ஒரு வெள்ளை அங்கி மூடியிருந்தது. இடைப்பகுதியில் குஞ்சத்துடன் கூடிய கறுப்புக் கயிற்றைக் கட்டியிருந்தார். கழுத்துப் பகுதியிலிருந்து நேரியல் போன்ற

துண்டு ஒன்று தொங்கியது. அதில் தங்க நிற இழைகளால் செய்த வேலைப்பாடு காணப்பட்டது. பிரேயர் தொடங்கியதால் எல்லோரும் முழங்காலிட்டபடி நின்றார்கள்.

"பிதா சுதன் பரிசுத்த ஆவியின் பெயராலே" என்று நெஞ்சில் சிலுவைக் குறியிட்டுக் கூறினார் சூசை பாதிரியார்.

அந்த மண்டபத்தில் இருந்தவர் அனைவரும் "ஆ மென்" என்றனர்.

"நம் ஆண்டவராகிய இயேசு கிறிஸ்துவின் அருளும் கடவுளின் அன்பும் பரிசுத்த ஆவியின் நட்புறவும் உங்கள் அனைவரோடும் இருப்பதாக" என்றார் பாதிரியார்.

"உம்மோடும் இருப்பதாக" என்று எல்லோரும் கூறினார்கள்.

"சகோதர சகோதரிகளே! திருப்பலி ஒப்புக்கொடுக்க நாம் தகுதிபெறும் பொருட்டு நம் பாவங்களை ஏற்று மனம் வருந்துவோம்."

"எல்லாம் வல்ல இறைவனிடமும் சகோதர சகோதரிகளே உங்களிடமும் நான் பாவியென்று ஏற்றுக்கொள்கிறேன். ஏனெனில் என் சிந்தனையாலும் சொல்லாலும் செயலாலும் கடமையில் தவறியதாலும் பாவங்கள் பல செய்தேன். என் பாவமே, என் பாவமே, என் பாவமே. ஆகையால் எப்போதும் கன்னியான தூய மரியாளையும் வானதூதர், புனிதர் அனைவரையும் சகோதர சகோதரிகளே உங்களையும் நம் இறைவனாகிய ஆண்டவரிடம் எனக்காக வேண்டிக்கொள்ள மன்றாடுகிறேன்" என்று எல்லோரும் ஒருமித்த குரலில் ஒப்புக்கொடுத்தனர்.

"எல்லாம் வல்ல இறைவன் நம் மீது இரக்கம் வைத்து நம் பாவங்களை மன்னித்து நம்மை முடிவில்லா வாழ்வுக்கு அழைத்துச் செல்வாராக" என்று சூசை பாதிரியார் சொல்லியதும் அனைவரும் "ஆமென்" என்றார்கள்.

இவ்வாறாகத் தொடர்ந்து நடைபெற்ற அந்தத் திருப்பலி ஒன்பது மணிக்கு முடிந்தது. பெரியவர்களில் பலர் பாதிரியாரைப் போய்ப் பார்த்து ஸ்தோத்திரம் சொன்னார்கள். மற்றவர்கள் வெளியேறிக் கொண்டிருந்தார்கள்.

வெள்ளைநிற மணலால் நிறைந்திருந்த அந்தக் கடல்வெளி முழுவதும் பல வண்ண உடைகளை அணிந்த ஆண்களும், பெண்களும் பரவிச் சென்றார்கள்.

கோயிலின் பக்கத்திலிருந்த தனது தனியறைக்குப்போன சூசை பாதிரியார் தனது கழுத்துப் பட்டையை மட்டும் கழற்றி ஸ்டேண்டில் மாட்டிவிட்டு வெளியே வந்தார்.

இப்போது வெளியே ஆட்கள் யாரும் இல்லை. எல்லோரும் அவரவர் வீட்டுக்குப் போயிருந்தார்கள்.

சப்பறம் வைத்திருந்த புரையின் பக்கம் வந்தார். இரண்டு சப்பறங்களும் பத்திரமாக நின்றன. நேரே ரோட்டுக்கு வந்தார். காலைப் பூசைக்கு வராமல் நின்றவர்கள் பலர் பயந்து போய் வீடுகளுக்குள் பதுங்கினார்கள். ஒரு சிலர் வெளியே வந்து 'ஸ்தோத்திரம் சாமி' என்றார்கள். அவர்களுக்குப் பதில் வணக்கம் சொன்னபடியே பாதிரியார் நடந்து போனார்.

ஆண்களில் பெரும்பாலோர் கடலுக்குப் போய்விட்டு இன்னும் வரவில்லை. வந்தவர்களும் மீன் ஏலம் போடுவதில் மும்முரமாக இருந்தார்கள். எனவே ரோட்டில் ஆள் நடமாட்டம் அதிகம் இல்லை. பொழி ஓடவில்லை என்றால் கோயில்விளை, முகிலன் குடி, இலந்தையடி விளைக்காரர்கள் பலர் அந்த வழியாகப் போவார்கள். பொழி ஓடுவதால் அவர்கள் எல்லோரும் நாகர்கோயிலைச் சுற்றிக்கொண்டு போகிறார்கள்.

மெதுவாக நடந்து வந்த பாதிரியார் குருசடிக்கு வந்தார். குருசடிக்கு முன்பு இப்போதும் பலர் முக்காட்டுடன் முழங்காலில் நின்றனர். அவர்களுக்குத் தொந்தரவாக இருக்கக்கூடாது என்று தெற்கே போகும் ரோட்டில் பாதிரியார் நடந்தார்.

ஒவ்வொரு நாளும் திருப்பலி முடிந்த பிறகு காலையில் அவர் இவ்வாறு நடப்பது வழக்கம். குருசடியில் யாரும் இல்லை என்றால் மிக்கேல் சிலைக்கு முன்பு சில நிமிடங்கள் நிற்பார். பக்கத்தில் இருக்கும் உண்டியல் பத்திரமாக இருக்கிறதா என்று பார்த்துக்கொள்வார். அதன்பிறகுதான் தெற்கு நோக்கி நடப்பார்.

பாதிரியார் வருவதைப் பார்த்ததும் குருசடியில் மிக்கேலை வணங்கிக்கொண்டு நின்ற பெண்கள், அவரைப் பார்த்து ‘ஸ்தோத்திரம்’ சொன்னார்கள்.

கடவுளுக்கும் பொது மக்களுக்கும் இடையில் யாரும் இருக்கக்கூடாது என்ற எண்ணம் கொண்டவர் பாதிரியார். எல்லோருக்கும் பூசை முறைகள் தெரியவேண்டும். அவரவர் குறைகளை ஆண்டவரிடம் நேரடியாக முறையிட வேண்டும் என்று நினைப்பவர் அவர். அதனால் பிரேயருக்கு இடைஞ்சல் செய்வதைப் பெரிய தவறாக அவர் நினைப்பார்.

குருசடியிலிருந்து தெற்கே போகும் ரோடு தேரியின் மீது போடப்பட்டது. தேரிக்கு இந்தப் பக்கத்திலிருந்து பார்த்தால் கண்ணுக்குக் கடல் தெரியாது. அலை அடிக்கிற சத்தம்தான் கேட்டுக்கொண்டே இருக்கும். தேரியின் மீது ஏறிவிட்டால் கடலுக்குள் விழுந்துவிடுவோமோ என்ற நடுக்கம் தோன்றும். திடீரென்று கடல் தெரிவதால் ஏற்படும் பயம் அது.

பாதிரியார் தேரியில் ஏறிக்கொண்டிருந்தார். ரோட்டின் இருபக்கத்திலும் உள்ள தேரியில் மீன் காய்ந்து கொண்டிருந்தது. நெத்திலி, குத்தா முதலான மீன்ககளில் உள்ள நீர்ப்பொருள் உலர்ந்ததால் அவை நெளிந்து போய்க் கருவாடாய்க் கிடந்தன.

தேரியின் மேல் பலசரக்குக் கடையும் காப்பிக் கடையும் இருந்தன. பாதிரியார் வருவதைக் கண்டதும் கடையில் இருந்தவர்கள் எல்லோரும் மரியாதையுடன் ஸ்தோத்திரம் என்றார்கள்.

அவர்களைக் கடந்து கடற்கரைக்குப் போனார் பாதிரியார். அரபிக்கடல் அலை ஆரவாரத்துடன் கரையில் வந்து மோதிக்கொண்டிருந்தது.

அலையில் காலை நனைத்தால் அமைதி பிறக்கும் என்று அலைகளின் அருகில் போனார் பாதிரியார்.

வேகமாக வந்த அலை, காலை மட்டும் அல்லாமல் பாதிரியாரின் அங்கியையும் நனைத்தது. ஈரத்தைப் பிழிவதற்காகக் குனிந்தபடி கரைக்கு வந்தார் பாதிரியார்.

நிமிர்ந்து பார்க்கும்போது தூரத்தில் கடலின் அலை மடக்குக்குப் பக்கத்தில் ஒரு பெண் வேகமாகப் போவதைக் கண்டார்.

“ஏய்...ய்...ய்... நில்லு...” என்று ஓடிப்போனார் பாதிரியார். அங்கி தடுத்ததால் அவரால் ஓடமுடியவில்லை. அங்கியை மேலே மடித்தபடி ஓடினார்.

பாதிரியார் போவதுக்குள் அந்தப் பெண் அலை மடக்குக்கு அந்தப் பக்கம் போய் மறைந்துவிட்டாள்.

பாதிரியாரின் அலறல் சத்தத்தைக் கேட்டுத் தூரத்தில் வலை பின்னிக்கொண்டிருந்த மீனவர்கள் சிலர் ஓடிவந்தார்கள்.

“சாமி, எதுனால சத்தம் போட்டீங்க...”

“ஒரு பொம்பளை அந்த அலைக்குப் பக்கத்தில” என்று சொல்லி முடிப்பதற்குள் அந்த மீனவர்கள் கடலுக்குள் குதித்துத் தேடினார்கள்.

ஒருசில நிமிடங்களில் அந்தப் பெண்ணைத் தோளில் தூக்கியபடி வெளியே வந்தார்கள்.

“என்ன சாமி, இந்தப் பொம்பளை எப்பிடிக் கடல்ல? தவறி விழுந்திடுச்சா?”

“இல்லை, தாமஸ்! தற்கொலை பண்றதுக்குத்தான் கடல்ல குதிச்சுது. நான் பாத்துட்டேன்.”

“நல்ல சமயத்துல பாத்துட்டீங்க, சாமி இல்லைன்னா, உயிர் போயிருக்கும்” என்றான் தாமஸ்.

“சர்ச்சுக்குக் கொண்டு வாங்க” என்றபடி முன்னால் நடந்தார். அதற்குள்ளாக ஒரு கட்டிலைக் கொண்டுவந்து கட்டிலில் கிடத்தி அந்தப் பெண்ணைத் தூக்கி வந்தார்கள்.

கட்டிலுடன் சர்ச் ஹாலுக்குள் கொண்டுபோய் வைத்தார்கள். ஒன்றிரண்டு பெண்கள் செய்தியை அறிந்து அங்கே வந்துவிட்டார்கள். அவர்களிடம் ஒரு காப்பி கொண்டுவந்து கொடுக்கும்படி பாதிரியார் சொன்னார்.

கட்டிலில் கிடந்த பெண்ணை எட்டிப்பார்த்த ஒருத்தி, "நம்ம அரிசிக்கார அம்மா போல இருக்கு" என்றாள்.

"நம்ம தங்கக்கண்ணுதான்" என்றாள் இன்னொரு பெண்.

தேரிமேட்டில் இருந்த காப்பிக்கடையிலிருந்து காப்பி கொண்டுவந்து கொடுத்தாள் ஒரு பெண்.

சுடு காப்பி வாயில் பட்டதும் மயங்கிய நிலையிலிருந்த தங்கக்கண்ணுக்கு நினைவு திரும்பியது. 'இன்னும் இந்த உலகத்தில்தான் இருக்கிறோம்' என்று தோன்றியது. தான் தேவாலயத்துக்குள் இருப்பதையும் பாதிரியார் அருகில் நிற்பதையும் பார்த்ததும், மீனவர்கள்தான் காப்பாற்றியிருக்கிறார்கள் என்று அவளுக்குப் புரிந்தது. எழுந்து உட்கார்ந்த அவள் நிமிரவில்லை. அவர்களுடைய முகத்தைப் பார்ப்பதற்கு அவளுக்கு வெட்கமாக இருந்தது.

"என்னம்மா! இப்பிடித் தற்கொலைக்குத் துணிஞ்சுட்டே? அப்படி என்ன கஷ்டம் ஒனக்கு?" என்றார் பாதிரியார்.

"தங்கக்கண்ணுக்க அரிசிப் பெட்டி காலையில கழிக்குள்ள விழுந்திடுச்சி" என்றாள் அங்கே நின்ற பெண் ஒருத்தி.

"அரிசிப் பெட்டி கழிக்குள்ள விழுந்ததுக்கெல்லாம் தற்கொலை செய்யப்போனா, எப்பிடிம்மா?"

"அவ ரொம்ப பாவம் சாமி! அரிசி வாங்கி யாவாரம் பண்றதுக்குப் பணம் இல்லைன்னு அழுதுகிட்டுப்போனா" என்றாள் இன்னொரு பெண்.

"இந்த ஒலகத்தில பொறக்கும்போது யாரும் பணத்தோட பொறக்கிறது இல்லம்மா. அன்னன்னைக்கி உள்ள அப்பத்தைக் கர்த்தர் தருவார். கர்த்தர் மேல பாரத்தைப் போட்டுட்டு கவலையை விடும்மா. உனக்கு வியாபாரம் பண்றதுக்கு நான் ரூபாய் தர்றேன். இனிமேல் இப்பிடி எல்லாம் முடிவெடுக்காதே" என்ற பாதிரியார் தனது அறைக்குள் போனார். திரும்பி வரும்போது நூறு ரூபா நோட்டு ஒன்றுடன் அவர் வந்தார்.

"இந்தாம்மா. இதை வச்சி ஒனக்க வியாபாரத்தைச் செய்."

"வேண்டாய்யா... எனக்கு உயிர் குடுத்த சாமி நீங்க. பத்துப் பக்கா அரிசிதான் தண்ணியோட போச்சு. பத்துப் பக்கா அரிசி ஐம்பது ரூபாதான். ஐம்பது ரூவா கெடச்சா போதும். நான் யாவாரம் செய்து பொழைச்சுக்குவேன்."

"உன்னுடைய சகோதரன் தர்றதா நெனைச்சி வாங்கிக்க"

"வாங்கிக்கம்மா தங்கக்கண்ணு" என்றாள் அருகில் நின்ற பெண்.

கை நீட்டி அந்த ரூபாயை வாங்கிய தங்கக்கண் அப்படியே பாதிரியாரின் கால்களில் விழுந்து வணங்கினாள்.

"வேண்டாம்மா! மனுஷங்க கால்ல விழக்கூடாது. கடவுள் கால்ல மட்டும்தான் விழணும்."

"எனக்கு நீங்கதான் கடவுள்" என்ற தங்கக்கண் அங்கிருந்து புறப்படப் போனாள்.

"நேரம் பன்னிரண்டு மணி ஆகப்போகுது. இருந்து சாப்பிட்டுட்டுப் போம்மா" என்றார் பாதிரியார்.

"நான் கூட்டிட்டுப் போய்ச் சாப்பாடு குடுக்கிறேன் சாமி" என்றாள் அருகிலிருந்த பெண்.

"கர்த்தர் உன்னைக் காப்பாற்றுவார்" என்றபடி தங்கக்கண்ணுக்கு முன்னால் சிலுவைக் குறி வரைந்தார் பாதிரியார்.

※

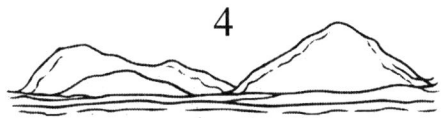

4

மணக்குடியிலிருந்து தாமரைக்குளத்திற்குப் போவதற்கு இன்னும் அரைமணி நேரம் ஆகும். நான்கு மணிக்கெல்லாம் அந்திக்கடை கூடிவிடும். நேரத்திற்குப் போனால் ஒருமணி நேரத்திற்குள் மீனை விற்றுவிடலாம் என்று வேகமாக நடந்தாள் விக்டோரியா.

மீன் விற்பதற்குச் சமயத்திற்குப் போகவேண்டும் என்பது ஒருபுறம் இருந்தாலும் விக்டர் வந்து பார்த்துவிட்டுப் போய்விடக்கூடாது என்பதால் இன்னும் வேகமாக நடந்தாள் அவள்.

சரியாக நான்கு மணிக்கு அந்திக் கடைக்குள் நுழைந்துவிட்டாள். தலையிலிருந்த மீன் பெட்டியைத் தென்னைமரத்தின் கீழே இறக்கி வைத்தாள். பெட்டிக்குள் மேலாக இருந்த பாய்த்துண்டை எடுத்து, தரையில் விரித்தாள். ஒவ்வொரு மீனாக எடுத்துக் கூறுகட்டி வைத்தாள். நெத்திலி, இறால், குதிப்பு, பால்காரப்பூச்சி, சாளை என்று எல்லாம் பொடி மீனாக இருந்தாலும் பதமாக இருந்தன.

மத்தியானம் பிடித்து வந்த மீன்களைத்தான் விக்டோரியா எப்போதும் அந்திக் கடைக்குக் கொண்டு வருவாள். அதனால் விக்டோரியா வரட்டும் என்றே சிலர் காத்து நிற்பார்கள். அப்படி நின்றவர்களில் ஒருவன்தான் விக்டர். தொடக்கத்தில் மீனைப் பதத்தோடு வாங்க வேண்டும் என்பதற்காகக் காத்து நின்றவன் இப்போதெல்லாம் விக்டோரியாவின் வருகைக்காகவே காத்து நிற்கிறான்.

தாமரைக் குளத்தில் இறைச்சிக் கடை வைத்திருப்பவன் விக்டர். காலையில் ஆறு மணியிலிருந்து பன்னிரண்டு மணிவரை ஆட்டு இறைச்சி வியாபாரம்தான் அவனுக்கு.

ஆட்டைப் பிடித்து வந்து வெட்டி ஊருக்கெல்லாம் இறைச்சி விற்றாலும் அவனுக்கு இறைச்சி தின்னப் பிடிக்காது. 'கொன்றால் பாவம் தின்றால் போச்சு' என்பது அவனளவில் பொய்த்துப் போய்விட்டது.

முன்பெல்லாம் மத்தியானத்துக்கு மேல் எங்கேயாவது ஆடு பிடிக்கப் போய்விடுவான். இப்போது பெரும்பாலும் அவனது சித்தப்பாதான் ஆடு பிடிக்கப் போகிறார். நான்கு மணிக்கு அந்திக் கடைக்குப் போவது அவனது அன்றாட வேலையாகிவிட்டது.

மீன்கறி இல்லாமல் அவனுக்குச் சாப்பாடு வாய்க்குள் இறங்காது. கொஞ்சநாள் முன்புவரை அவனது அம்மாதான் மீன் வாங்குவதற்கு அந்திக்கடைக்கு வருவாள். இப்போதெல்லாம் அவளுக்குக் கண் சரியாகத் தெரியாததால் விக்டரே மீன்வாங்க வருகிறான்.

இறால் மீன் என்றால் விக்டருக்கு உயிர். இறால் மீன் கிடைத்தால் முதலில் விக்டருக்கு எடுத்துவைத்த பிறகுதான் மற்றவர்களுக்கு விற்பாள் விக்டோரியா.

வெள்ளையாக இருக்கும் அந்த இறாலின் தலையையும் மேல்தோட்டையும் பிய்த்து எறிந்துவிட்டுக் கறிக்குள் போட்டுவிட்டால் அது சிவப்பும் மஞ்சளும் கலந்த பொன் நிறமாக மாறிவிடும். லேசாக வளைந்திருக்கும் அந்த இறால் கறியாகும்போது சுருண்டு போய்விடும். அதை வாய்க்குள் போட்டுக் கடித்தால் அதிலிருந்து வரும் ருசி நெஞ்சுக்குள் அப்படியே நிற்கும். அந்த ருசியை நினைத்தாலே விக்டருக்கு நாக்கில் நீர் ஊறிவிடும்.

இறால் மீனுக்காக அவனது நாக்கில் ஊறிய நீர் இப்போது விக்டோரியாவுக்காக ஊறுகிறது.

மீனைக் கூறு கட்டி முடித்த விக்டோரியா தனக்கு முன்னால் நிற்கும் கூட்டத்தில் விக்டரைத் தேடினாள். அவனைக்

காணவில்லை. மீன் கேட்டவர்களுக்கெல்லாம் அனிச்சையாகவே மீனை விலை பேசிக்கொடுத்தாள். அவளது பார்வை, விக்டரின் வருகையையே பார்த்துக்கொண்டிருந்தது.

தூரத்தில், விக்டர் வருவதைப் பார்த்துவிட்டாள். பெரிய இறால் மீனாகப் பொறுக்கி எடுத்துத் தனியாக வைத்தாள். விக்டர் அருகில் வந்ததும் அவளுக்குள் ஒரு கிளுகிளுப்பு ஏற்பட்டது. மீனுக்காகக் காத்து நின்று வாங்கியவர்கள் எல்லோரும் போய்விட்டார்கள்.

அருகில் வந்த விக்டர், இறால் மீன் பக்கத்தில் குத்த வைத்து அமர்ந்தான்.

“ஒங்களுக்கு நான் தனியே எடுத்து வச்சிருக்கேன்” என்று பெட்டிக்குள் இருந்த இறாலை எடுத்து விக்டரிடம் இருந்த பைக்குள் போட்டாள்.

மீனைப் பார்க்காமல் விக்டோரியாவையே பார்த்துக் கொண்டிருந்த விக்டரின் கையிலிருந்த பையில் கனம் ஏறியதும் அவனது கை தாழ்ந்தது. திடீரென்று துணுக்குற்ற அவன், “போய்ட்டு வாரேன்” என்று எழுந்தான்.

மீன் வாங்கி வீட்டில் அம்மாவிடம் கொடுத்துவிட்டு ஆறு மணிக்கு மீண்டும் அந்திக் கடைக்கு வந்துவிடுவான் விக்டர். ‘போய்ட்டு வாரேன்’ என்றால் ஆறு மணிக்கு வருவான் என்று அர்த்தம். அப்படி வரமுடியாது என்றால் மீன் வாங்கி முடித்ததும் ‘நாளைக்குப் பாப்போம்’ என்று சொல்லிவிடுவான்,

‘போய்ட்டு வாரேன்’ என்று விக்டர் சொல்லும் வார்த்தைக்காகவே விக்டோரியா காத்திருப்பாள். இன்றைக்குப் ‘போய்ட்டு வாரேன்’ என்று சொன்னதைக் கேட்டதும் விக்டோரியாவின் மனம் குளிர்ந்தது. மீனெல்லாம் விற்றுத் தீர்ந்ததும் வரும் சந்தோஷம் அப்போதே அவளுக்கு வந்துவிட்டது.

இறாலும் நெத்திலியும் பூச்சியும் விற்றுவிட்டன. குதிப்பும் சாளையும் மட்டும் இருந்தன. இன்னும் ஒரு மணி நேரத்திற்குள் இவையும் விற்றுப்போய்விடும். ஆறு மணிக்கு வரும் விக்டர் நிச்சயம் ஆற்றங்கரை முடிவது வரையிலாவது வருவான். அவன்

பேசவில்லை என்றாலும் தொடவில்லை என்றாலும் அருகில் இருந்தாலே போதும் என்ற எண்ணம் கொண்டவள் அவள். அவனது உடலில் இருந்து வரும் ஒருவித மணம் அந்த மீன் நாற்றத்தையும் மீறி அவளது மூக்குக்குத் தெரியும். அந்த மணம் அவளது மூச்சோடு கலப்பதை அவளது உடலோடு கலப்பதுபோல் அவள் உணர்வாள்.

விக்டோரியாவின் தாய் இறந்து ஓர் ஆண்டாகிறது. இந்த ஒரு வருடமாகத்தான் அவள் அந்திக் கடைக்கு மீன் விற்க வருகிறாள். அவளது தாயார் இருந்த வரை அவள் மணக்குடிக்கு வெளியே போனதே கிடையாது.

அவளது தந்தை ஜான் பிடித்துக்கொண்டு வரும் மீனை விற்றுக் குடும்பம் நடத்த முடியாது. மீன் வாங்கி விற்றால்தான் பிழைக்க முடியும் என்பது விக்டோரியாவுக்குத் தெரியும். அதனால்தான் அவளது தாயார் இறந்த பிறகு மீன் விற்க வருகிறாள்.

ஜானுக்கு மீன் பிடிக்கத் தெரியாது என்றோ ராசி கிடையாது என்றோ அர்த்தம் இல்லை. மீன் பிடிப்பதில் அவனுக்கு நிகர் அவன்தான். சின்ன மீனுக்கு வலை போடுவது ஜானுக்குப் பிடிக்காது. சாளை, குதிப்பு எல்லாம் அவனுக்கு மீனாகவே தெரியாது. பெரும்பாலும் நடுக்கடலில் போய், தூண்டில் போட்டு மீன் பிடிப்பதுதான் அவனுக்குப் பிடிக்கும். ஒரே நாளில் நான்கைந்து பெரிய மீன்களும் கிடைக்கும். சில நாள் மீனே கிடைக்காது.

'சின்ன மீனுக்கு வலை போட்டால் என்ன?' என்று கேட்டால் அவனிடம் கைவசம் இருப்பது ஒரே பதில்தான். 'புலி பசித்தாலும் புல்லைத் தின்னாது' என்பதுதான் அது.

புலி புல்லைத் தின்னாது என்பது சரிதான். அதற்காக ஜானும் விக்டோரியாவும் புல்லைத் தின்ன முடியுமா? அதனால்தான் அவள் மீன் விற்கப் போகிறாள்.

விக்டோரியா மீன் விற்று முடிப்பதற்கும் விக்டர் திரும்பி வருவதற்கும் சரியாக இருந்தது. இப்போது விக்டர் நேரே அந்திக் கடைக்குள் வரவில்லை. வெளியே உள்ள ரோட்டிலேயே நின்றான்.

அந்திக் கடையில் அரிசி விற்பவர்களும் காய்கறி விற்பவர்களும் துணி விற்பவர்களும் பானை சட்டி விற்பவர்களும் கோழி விற்பவர்களும் மீன் விற்பவர்களும் கிழங்கு விற்பவர்களும் என்று வியாபாரிகளின் கூட்டமும் வாங்க வருவோரின் கூட்டமும் அதிகமாக இருந்தது. இந்தக் கூட்டத்தில் யார், எங்கே என்று எளிதில் கண்டுபிடிக்க முடியாது.

எவ்வளவு கூட்டமாக இருந்தாலும் விக்டோரியாவுக்கு விக்டர் நிற்பது தெரியும்.

ரோட்டில் விக்டர் நிற்பதைப் பார்த்ததும் மீன் பெட்டியை இடுப்பில் வைத்துக்கொண்டு வெளியே வந்தாள்.

அவள் வருவதைப் பார்த்ததும் விக்டர் முன்னால் நடக்கத்தொடங்கினான். விக்டோரியா பின்னால் நடந்தாள்.

ஆற்றங்கரை வந்ததும் இருவரும் சேர்ந்து நடந்தார்கள்.

“கொஞ்சநேரம் உம்மளைக் காணல்லைன்னதும் நீர் வர மாட்டீரோன்னு ஆயிடுச்சி. நல்ல வேளையா வந்திட்டீரு” என்று மெதுவாகப் பேச்சைத் தொடங்கினாள் விக்டோரியா.

“வெளியே வரும்போது ஆடு பிடிக்கப் போயிருந்த சித்தப்பா வந்திட்டாரு. அவரைச் சமாளிச்சி அனுப்புறதுக்குள்ள பெரும்பாடா போச்சு. அதனாலதான் கொஞ்சம் லேட்டாயிடுச்சு” என்றான் விக்டர்.

நேரம் இருட்டத் தொடங்கியது. முகத்துக்கு முகம் சரியாகத் தெரியவில்லை. ஆற்றில் தண்ணீர் வரவில்லை. ஆற்றின் இரண்டு பக்கமும் கொல்லமா மரங்கள் அடர்ந்து காணப்பட்டன. அந்திக் கருக்கலில் அந்த வழியில் தனியாக நடப்பதற்கு எல்லோரும் பயப்படுவார்கள்.

விக்டோரியாவுக்கும் தனியாக வரும் நாட்களில் பயமாகத்தான் இருக்கும். பெரும்பாலும் விக்டரும் கூட வருவதால் அவள் பயப்படுவதில்லை.

“இப்படியே எத்தனை நாளைக்கித்தான் நாம சந்திக்கிறது?” என்று கவலையுடன் கேட்டாள் விக்டோரியா.

“எத்தனை நாளைக்குன்னு கேட்டா என்னத்தைச் சொல்றது. காலம் முழுக்க இப்பிடியே இருக்க வேண்டியதுதான்.”

“கல்யாணம், காட்சின்னு ஒண்ணும் செய்ய வேண்டாமா?”

“ஓ... நீ அதைச் சொல்றியா... அதுக்கு இப்ப என்ன அவசரம், எனக்க எறச்சிக் கடை கொஞ்சம் பெருசாகட்டும். அடுத்த மாசத்திலேயிருந்து ஆட்டுத்தோல் வியாபாரமும் ஆரம்பிக்கப் போறேன். பெறகு பாத்துக்கலாம்” என்றான் விக்டர்.

“நமக்குத் தெரியாத தோல் யாவாரத்தில நாம ஏன் எறங்கணும்?”

“அப்பிடி இல்லை விக்கு! தெனந்தோறும் ரெண்டு, மூணு தோல் நாமளே கொடுக்கிறோம். பூவியூரு, கோட்டையடி, சந்தையடி, சாமிதோப்பு, முகிலங்குடி, அகஸ்தீஸ்வரம், கோவளம்...” என்று விக்டர் சொல்லிக்கொண்டிருக்கும்போதே விக்டோரியா இடையில், “கீழமணக்குடி, மேலமணக்குடி, மணவாளபுரம், கல்விளை, புத்தளம்...” என்று சில ஊர்ப்பெயர்களைச் சொன்னாள்.

“ஆங்... ஆமா, இந்த ஊர்களையும் சேர்த்தா கிட்டத்தட்ட நூறு தோல் சேரும். நான் போய்க் கேட்டா யாரும் தரமாட்டேன்னு சொல்லமாட்டாங்க. இதையெல்லாம் நாமளே நாகர்கோயிலுக்குக் கொண்டுபோய் சாயிப் கிட்ட போட்டா நல்ல லாபம் வரும். தோலு வியாபாரம் சாதாரணம் இல்லை, தெரியுமா? எடலாக்குடியில இருக்கிறாரே முஸ்தஃபா! எனக்குத் தெரிஞ்சி அவரு ஒரு ஓட்டு வீட்டிலதான் இருந்தாரு, இப்ப அவரு வீட்டைப் போய்ப் பாரு. ராஜ கொட்டாரம் தோத்துப்போயிடும். அவ்வளவு பெரிய வீடு போட்டிருக்கிறாரு.”

“எல்லாப் பணமும் தோலு யாவாரத்தில் சம்பாதிச்சதா?” என்று மலைப்பாகக் கேட்டாள் விக்டோரியா.

“பின்னே எப்பிடி, அவருதான் இங்ஙன உள்ள தோலுக்கு எல்லாம் மொத்த ஏஜெண்ட். எல்லாத் தோலையும் பதப்படுத்தி மொத்தமா மெட்ராஸ்ல என்னமோ ஒரு ஊரு... மனசுக்குள்ள கெடக்கு நெனைவு வர மாட்டேங்குவு... ஆங்... பெரியமேடு.

பெரியமேட்டுக்கு லோடு அனுப்புறாரு. நாமளும் அவருகிட்ட கொண்டு போட்டுட்டா போதும்" என்று சொல்லி முடித்தான் விக்டர்.

"நீர் சொல்றதைப் பாத்தா நல்ல யாவாரமாதான் தோணுது. சட்டுபுட்டுனு ஒரு ஏற்பாடு பண்ணும். பணம் கிணம் இல்லைன்னு நெனைக்காதேயும், ஒரு வருஷமா நான் மீன் வித்துச் சம்பாதிச்ச பணம் இருக்கு" என்ற விக்டோரியா, விக்டரின் முகத்தைப் பார்த்தாள்.

விக்டரின் கவனம் இப்போது தோல் வியாபாரத்தில் இல்லை என்பது புரிந்தது. அவனது மனத்துக்குள் என்னமோ குறுகுறுத்தது. பார்வை வேறு மாதிரியாகத் தெரிந்தது.

விக்டரின் பார்வை மாற்றத்தைக் கண்ட விக்டோரியா மார்புச் சேலையைச் சரிசெய்து கொண்டாள்.

"ஏ... என்ன, அப்பிடிப் பாக்கிறீரு? வீட்டுக்குப் போய் நல்லா குளிச்சிட்டுப் படுத்துத் தூங்கும். ஆத்தங்கரை முடிஞ்சி போச்சி. நான் வாறேன்" என்றாள் விக்டோரியா.

விக்டர் பதில் பேசாமல் மெதுவாக நடந்தான். நடக்கும்போது இருவருக்கும் இடையே இருந்த இடைவெளி இப்போது மிகவும் குறைந்திருந்தது. திடீரென்று அவளது கையைப் பிடித்துத் தன்னை நோக்கி இழுத்தான் விக்டர்.

இதை முன்பே விக்டோரியாவும் எதிர்பார்த்திருந்ததால் உடனே கையை விடுவித்துக்கொண்டாள்.

"கண்ணுல்ல, போய்ட்டு வாரும். எல்லாம் அப்புறமா பாத்துக்கலாம்" என்று விக்டரின் கன்னத்தில் தட்டினாள்.

அவன், தன்னை மறந்து நின்ற அந்தச் சில நொடிக்குள் விக்டோரியா கோட்டை ரோட்டில் நடந்து போய்க்கொண்டிருந்தாள்...

✺

5

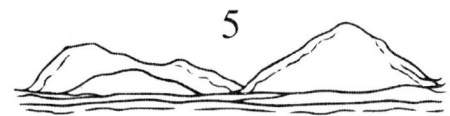

அன்று சனிக்கிழமை. சாயங்காலம் மூன்று மணிக்கு மேல் ஆகிவிட்டது. மீன்பிடித்துவிட்டு வந்து அசதியில் தூங்கிய ஜான் எழுந்துவிட்டான். வெயிலில் காய்ந்துகொண்டிருந்த வலைக்குப் பக்கத்தில் இருந்த தூண்டில் கொத்தைத் தூக்கிப்பார்த்தான். அதில் மூன்று தூண்டில்கள் தொங்கின. ஒவ்வொரு தூண்டிலுக்கும் இரண்டு மூன்று அடி வித்தியாசம் இருந்தது.

அந்தத் தூண்டில்கள் நைலான் கயிற்றில் தொங்கின. ஒரு தூண்டிலின் நைலான்கயிறு நைந்து போயிருந்ததைக் கண்டான். 'கொழுத்த விளமீன் கடிச்சிருக்கும்' என்று முணுமுணுத்தபடி குடிசையின் உள்ளே வந்தான்.

கண்ணாடிக்கு முன் நின்றுகொண்டிருந்தாள் விக்டோரியா. உமலுக்குப் பக்கத்தில் கூரையில் செருகியிருந்த நூல் கண்டைக் கையில் எடுத்துக்கொண்டு வெளியே வந்தான் அவன்.

ஜான் வந்ததையும் போனதையும் விக்டோரியாவின் கண்கள் பார்த்தன என்றாலும் அது அவளது மனப்பதிவுக்குப் போகவில்லை. கண்ணாடிக்கு முன் நின்றாலும் அவளது மனம் குடிசையில் இல்லை. அது தாமரைக்குளத்து ஆற்றங்கரையிலும் அந்திக்கடையிலும் அலைந்துகொண்டிருந்தது.

தூண்டிலுக்குக் கயிறு மாற்றிவிட்டு உள்ளே வந்தான் ஜான். அப்போதும் கண்ணாடிக்கு முன்னால்தான் நின்றாள் விக்டோரியா.

அது சின்ன குடிசைதான். இரண்டாகப் பிரிக்கப்பட்டிருந்தது. உள்ளே நுழைந்ததும் ஒரு நார்க்கட்டில். ஒரு சில மீன்பிடி உபகரணங்கள். சுருட்டு டப்பா ஒன்று. குழந்தை இயேசுவைத் தாங்கி நிற்கும் மாதா படம் ஒன்று. கூரையின் நடுவே ஒரு லாம்ப் தொங்கியது. தரை சுத்தமாகச் சாணத்தால் மெழுகப்பட்டிருந்தது. அதற்கு அடுத்து இரட்டை அடுப்பு ஒன்றும் அருகில் ஒருசில மண்பானைகளும் இருந்தன. அடுப்புக்குப் பின்பக்கத்தில் காய்ந்த விறகுகள் கிடந்தன. அடுப்புக்கு இடப்பக்கத்தில் ஒரு உறி தொங்கியது. அதில் அடுக்கடுக்காக நான்கைந்து பானைகள். முதலில் பெரிய பானை, அதன்பிறகு அதைவிடச் சிறிய பானை என்று முறையறிந்து அடுக்கப்பட்டிருந்தது. பெரும்பாலும் அவற்றில் கருவாடு அல்லது உப்புக்கண்டம் இருக்கும். பூனைக்கும் விக்டோரியாவுக்கும் நடந்த போட்டியில் விக்டோரியா ஜெயித்ததன் அடையாளம்தான் அந்த உறி. இப்போதெல்லாம் எந்தப் பூனையும் விக்டோரியாவின் குடிசைக்கு வருவதே இல்லை. அதையடுத்து ஒரு பாய் சுருட்டி வைக்கப்பட்டிருந்தது. குடிசையின் மூங்கிலிலிருந்து தொங்கிய கயிற்றில் ஒன்றிரண்டு சேலைகளும் துணிகளும் தொங்கின. அதற்கடுத்து ஒரு கண்ணாடி தொங்கிக்கொண்டிருந்தது. பக்கத்தில் குங்குமப்பொட்டு, சாந்துப்பொட்டு வகையறாக்கள் வைக்கப்பட்டிருந்தன.

"பெட்டியில இருக்கிற மீனு உளுமிப் போயிடும்" என்று ஜான் சொன்னதைக் கேட்டதும்தான் விக்டோரியா குடிசைக்கு வந்தாள். வெளியே போய் அந்த மீன்பெட்டியைத் தலையில் தூக்கி வைத்தாள். அவளது கொண்டையில் மல்லிகைப்பூ சுற்றப்பட்டிருந்தது. சேலையைக் காலோடு தழைத்துக் கட்டியிருந்தாள். சேலைக்குப் பொருத்தமான ஜாக்கெட் அணிந்திருந்தாள். அது அளவாகத் தைக்கப்பட்ட ஜாக்கெட் என்பதால் சரியாகப் பொருந்தியிருந்தது.

"நான் வாறேன்பா" என்று உள்நோக்கிக் குரல் கொடுத்துவிட்டுப் புறப்பட்டாள் விக்டோரியா.

ஜான் பதில் எதுவும் சொல்லாமல் சுருட்டு டப்பாவை எடுத்துக்கொண்டிருந்தான். 'மீன் விக்கப் போற ஒனக்கு இவ்வளவு சிங்காரிப்பு எதுக்கு?' என்று கேட்கலாமா என அவன் நினைத்தான்.

வாய் வரை வந்ததை அடக்கிக்கொண்டான். ‘சின்ன வயசில் மீன் விற்றுப் பிழைக்க வேண்டிய நிலையில் இருக்கும் அவளுக்கும் மற்றப் பெண்களைப்போல ஆசைகள் இருக்கத்தான் செய்யும்’ என்று எண்ணியதால் அவன் கேட்கவில்லை.

ஜானைப் பற்றி விக்டோரியாவுக்கு நன்றாகத் தெரியும். சுருட்டு, சாராயம், வெத்திலை, மீன் பிடித்தல், இறந்துபோன மனைவியிடமும், மகள் விக்டோரியாவிடமும் மாறாத பாசம் என்னும் தகுதிகளோடு கீழமணக்குடியில் வாழ்பவன்.

அவனுக்கு நண்பர்கள் குறைவு. அதற்குக் காரணங்கள் உண்டு. அவற்றில் முதல் காரணம் அவனது ஏழ்மைதான்.

பணம் இல்லை என்றால் நண்பர்கள் பட்டாளமும் இருக்காது. அந்த ஏழ்மையையும் தாண்டி ஒரு சில நண்பர்கள் இருந்தார்கள். அவர்கள் அறிவை மதிப்பவர்கள். அவனது தொழில் திறமையை அறிந்தவர்கள்.

நன்றாக மீன்பிடிக்கத் தெரிந்தவனுக்கு நிறைய மீன் கிடைக்காது என்பதற்கு ஜான்தான் உதாரணம். கடலின் தன்மைக்கு ஏற்பக் கட்டுமரம் செலுத்துவதிலும் ஆழத்திற்கு ஏற்பத் தூண்டில் போடுவதிலும் அவன் சூரன். அவன் தூண்டிலில் மீனைக் குத்துவதைப் பார்த்தால் மீண்டும் மீண்டும் பார்த்துக்கொண்டிருக்க வேண்டும் போல் தோன்றும். ஃபிரீஸ் செய்யப்பட்ட காட்சி ஒன்று மீண்டும் மீண்டும் காட்டப்பட்டால் எப்படி இருக்குமோ அப்படி அடிக்கடி தோன்றும்.

இடுப்பில் தொங்கும் சின்ன உமலிலிருந்து மீனை எடுப்பதுதான் தெரியும் அடுத்த நொடி அது தூண்டிலில் குத்தப்பட்டிருக்கும். எப்போது அதை வாகாகப் பிடித்தான். எப்போது அதன் செவுளை நீக்கினான், எப்போது அதைத் தூண்டிலில் செருகினான், எப்போது தூண்டிலைத் தண்ணீரில் வீசினான் என்பதை யாரும் பார்க்க முடியாது. அவ்வளவு லாவகமாக இருக்கும்.

ராமன் வில்லை எடுத்தான், ஒடித்தான் என்பதைக் கம்பர் ‘எடுத்தது கண்டனர்; இற்றது (ஒடிந்தது) கேட்டனர்’ என்று

பாடியுள்ளார். அதைப் போல் சொல்வது என்றால் 'எடுத்தது கண்டனர்; 'ப்ளக்' ஒலி கேட்டனர், என்றுதான் சொல்ல வேண்டும்.

அவனிடம் வலை இருக்கிறது. என்றாலும் வலைவீசி மீன் பிடிப்பது அவனுக்குப் பிடிக்காது. நெத்திலி, இறால், சாளை முதலான சின்ன மீன்களைப் பிடிப்பது அவனது 'தொழில் திறமைக்கு இழுக்கு' என்று நினைப்பவன். இறாலின் விலை அதிகம்தான். மீனின் விலையை வைத்து மீன் பிடி தொழிலை அவன் எடை போட மாட்டான். மீன் பிடிக்கும் திறமை என்பதும் வணிகம் என்பதும் வேறுவேறு என்பது அவனது சித்தாந்தம்.

இரண்டு மீன் கிடைத்தாலும் அதை விற்று கள் குடித்துவிட்டு வந்துவிடுவான். மணக்குடியில் இருக்கும் கள்ளுக்கடையில் அவன் குடிக்க மாட்டான். அதற்காகக் காட்டுவிளைக் கள்ளுக்கடைக்கு நடந்து போவான். வரும்போது 'காட்டுவெளைக் கள்ளு தலையைக் குப்புறப் புடிச்சித் தள்ளு' என்று பாடிக்கொண்டே வருவான். இந்தப் பாடலிலிருந்தே காட்டுவிளைக் கள்ளின் தரம் நமக்குத் தெரியும். நிமிர்ந்து நடந்தாலும் அது தலையைத் தள்ளிக் குனியச் செய்யும். கள் குடிப்பவனுக்குத் தலை நிமிர்ந்து நடக்கும் தகுதி கிடையாது என்பதைக் கள்ளே நமக்கு உணர்த்துவதைப் போல் அது தலையைக் குனியச்செய்யும்.

கள்ளைக் குடித்துவிட்டு நடந்தாலும் நடையில் தடுமாற்றம் இருந்தாலும் வாயில் குழறல் இருந்தாலும் ஒரு நாளும் வரம்பு மீறிப் போகமாட்டான். குடித்துவிட்டு நடக்க முடியாமல் அவன் ஒருநாளும் விழுந்ததில்லை. ஒருநாளும் கெட்டவார்த்தையும் பேசமாட்டான்.

ஜானின் இந்தப் பழக்கங்களைச் சரியாகப் புரிந்துகொண்டவள் ஜேனட்மேரி - அவனது மனைவி. அதனால்தான் அவன் மீன்பிடித்து வீட்டுக்குக் காசு கொண்டுவரவில்லை என்றாலும் மீன் வாங்கி, விற்று குடும்பத்தைக் கவனித்துக்கொண்டாள். மேரிக்குப் பிறகு அவனை நன்கு புரிந்துகொண்டவள் விக்டோரியாதான்.

அதனால் தனது தந்தை நினைப்பதைப் பற்றி அவள் கவலைப்படவில்லை. விக்டருக்கு முன்னால் தான் எப்படி இருக்க வேண்டும் என்பது ஒன்றே அவளுக்குத் தோன்றியது.

தாமரைக்குளத்தில் உள்ள அந்திக்கடையை நோக்கி நடந்தாள் விக்டோரியா. ஆற்றங்கரையில் உள்ள சைபனில் யாரோ இருப்பதுபோல் தெரிந்தது. முகம் தெரியாத தூரத்தில்கூட அது விக்டர்தான் என்று புரிந்துகொண்டாள் விக்டோரியா.

லட்சக்கணக்கான பேர் கூடி நிற்கும் சவேரியார் கோயில் கூட்டத்தில் நின்றாலும் விக்டரைக் கண்டுபிடித்துவிடுவாள் விக்டோரியா. மந்தையில் வருகின்ற மாடுகளில் தனது தாய் எது என்று கண்டுபிடித்துப் பால் குடிக்கும் கன்றைப்போல்தான் விக்டோரியாவும்.

இது விக்டோரியாவிடம் மட்டும் தனியாக உள்ள திறமை இல்லை. இது காதலின் மகத்துவம். பார்க்காமலே பார்ப்பார்கள். கேட்காமலே கேட்பார்கள். பேசாமலே பேசுவார்கள். சிரிக்காமலே சிரிப்பார்கள். அழாமலே அழுவார்கள். இதுதான் காதல். காதலும் கடவுளும் வேறு வேறு அல்ல. இரண்டும் ஒன்றுதான். இரண்டுமே கண்ணுக்குத் தெரியாது. கண்ணுக்குத் தெரியாததால், இல்லை என்றும் சொல்லமுடியாது.

விக்டரைப் பார்த்ததும் விக்டோரியாவின் நடை வேகமானது. தூரத்தில் விக்டோரியாவைப் பார்த்ததும் விக்டர் எழுந்து நின்றான். அவன் நின்றுகொண்டிருந்தாலும் விக்டோரியாவை நோக்கி நடந்து போய்க்கொண்டிருந்தான் மனத்தால்.

அந்தச் சில நிமிடங்கள் இருக்கிறதே! விக்டரும் விக்டோரியாவும் பார்த்த பிறகு அருகில் வரும்வரை உள்ள நிமிடங்கள். இந்த நிமிடங்களைப்போல் வாழ்க்கையில் இன்பமான நிமிடங்கள் வேறு எதுவும் இருக்க முடியாது.

விக்டருக்கு அருகில் வந்தவள் அப்படியே நின்றாள். "மீன் விக்க வந்தியா, என்னைப் பாக்க வந்தியா? அந்திக்கடை கூடியிருக்கும்" என்றான் விக்டர்.

விக்டரின் கேள்விக்கு அவளால் பதில் சொல்ல முடியவில்லை. 'அவனைப் பார்ப்பதற்காக மீன் விற்க வருகிறாளா அல்லது மீன் விற்க வரும்போது அவனைப் பார்க்கிறாளா' என்று அவளால் பிரித்து அறிய முடியவில்லை.

மீன் விற்க வருவதற்கும் பார்க்க வருவதற்கும் வித்தியாசம் இருக்கிறது. கொண்டையில் மல்லிகைப் பூவையும் - தலையில் மீன் பெட்டியையும் வைத்துக்கொண்டு வருவதால் விக்டரைப் பார்ப்பதற்காகத்தான் மீன் விற்க வருகிறாள் என்று சொல்லலாம்.

"ஏ... என்ன? பேசாம நிக்கிறே?'

தலையைக் குனிந்துகொண்டாள் விக்டோரியா.

"இன்னும் கொஞ்சம் குனிஞ்சா நல்லா இருக்கும். அப்பதான் பெட்டியில இருக்கிற மீனு கீழே விழுறதுக்கு வசதியா இருக்கும்" என்று அவன் சொன்னதும் வெட்கத்தால் விக்டோரியாவின் தலை மேலும் குனிந்தது.

"ஏ... ஏ... ஏய்... மீனு விழுது" என்று மீன் பெட்டியை விக்டர் பிடிக்கவில்லை என்றால் உண்மையிலேயே மீன் பெட்டி கீழே விழுந்திருக்கும்.

மீன் பெட்டியைப் பிடிக்கும்போது விக்டோரியாவின் கன்னத்தில் அவனது முழங்கை பட்டுவிட்டது. அதை அவன் கவனிக்கவில்லை. விக்டோரியாவுக்கு அது மட்டும்தான் தெரிந்தது. தனது கையால் கன்னத்தைத் தடவினாள். அவளது கன்னத்தின் மென்மை அவளுக்கே அப்போதுதான் தெரிந்தது.

'இப்பிடியே நின்னா இந்த மீனை எல்லாம் நாளைக்குக் கருவாடா விக்கலாம். என்ன சரியா?" என்று பெட்டியில் லேசாகத் தட்டினான் விக்டர்.

நேரம் போவது விக்டோரியாவுக்கு அப்போதுதான் உறைத்தது.

"நா முன்னால போறேன். நீங்க அப்புறமா வாங்க" என்றபடி நடந்தாள் அவள்.

❈

6

அன்று மண்டைக்காட்டுக் கொடியேற்றம்.

காலையில் ஐந்து மணி பூஜை நடந்துகொண்டிருந்தது. மேளமும், நாதஸ்வரமும் உச்சத்தில் ஒலித்தன. மணிச்சத்தமும் அதனுடன் சேர்ந்து ஒலித்தது.

அலங்காரம் எதுவும் இல்லை என்றாலும் அந்த ஐந்து முக அம்மன் ஜொலித்துக்கொண்டிருந்தாள். சாம்பிராணிப் புகை, மேல் நோக்கி எழுந்து அந்தப் பதினைந்து அடி உயரச் சிலையின் முகத்தை மறைத்தது. வடக்குப் பார்த்த அந்த முகம் சாம்பிராணிப் புகையில் அதிகாலைச் சூரியனாய் ஒளிர்ந்தது.

கற்பூரத்தட்டில் கற்பூரத்தை ஏற்றி அம்மனின் முகத்தின் அருகே கொண்டுபோனார் குருக்கள். முன்பைவிட முகத்தில் செம்மை கலந்து தோன்றியது. நூற்றுக்கணக்கான பக்தர்கள், மண்டைக்காட்டம்மா என்று குரல் எழுப்பினார்கள்.

மேள ஒலி, நாதஸ்வர ஒலி, மணிஒலி, மண்டைக்காட்டம்மா என்ற ஒலி எல்லாம் சேர்ந்துகொண்டதால் அந்தப் பகுதியில் உணர்வலைகள் எழுந்தன.

யாரும் தரையில் நிற்பதுபோல் தோன்றவில்லை. கோயிலும் கோயில் சூழ்ந்த பகுதிகளும் பூமியில் தனித்த ஒரு பகுதியாக அந்தரத்தில் இருப்பதுபோல் தோன்றியது.

கோயிலின் முன் பகுதியில் இருந்த இரண்டு குத்து விளக்குகளின் எல்லா முகங்களும் எரிந்துகொண்டிருந்தன. கண்ணைப் பறிக்கும் ஒளியுடன் எரிந்துகொண்டிருந்த எலக்ட்ரிக் லைட்டுடன் கண்ணுக்குத் தெரிந்து எரிந்துகொண்டிருந்த குத்துவிளக்கின் வெளிச்சமும் சேர்ந்துகொண்டதால் ஒளிமயமான உலகில் நிற்பதுபோல் தோன்றியது.

மற்ற நாட்கள் என்றால் அதிகாலைப் பூசைக்குக் கூட்டம் இருக்காது. இன்று மண்டைக்காட்டு அம்மன் கொடியேற்றம் என்பதால் கூட்டம் அதிகமாக இருந்தது. கொடியேற்றத்திற்கு முன்பெல்லாம் கொஞ்சம் பேர்தான் வருவார்கள். இன்றைக்கு முந்நூறு, நானூறு பேர் கூடி நின்றார்கள்.

அதிகாலையில் நடைபெறும் இந்தப் பூசையில் அயலூர்க்காரர்கள் கலந்துகொள்ள வேண்டும் என்றால் முந்தின நாளே வந்தால்தான் முடியும்.

கற்பூரத்தட்டைக் கொண்டுவந்த குருக்கள் இப்போதுதான் கூட்டத்தைப் பார்த்தார். அவருக்கும் சந்தோஷமாக இருந்தது. 'அம்மனின் அருள் வேண்டி நிற்கும் இந்தப் பக்தர்களுக்கு அம்மன் அருள் புரியட்டும்' என்று மனத்துள் வேண்டியபடி கற்பூரத்தட்டை ஒவ்வொருவரிடமாகக் காட்டினார். கற்பூரம் அணைவதற்கு முன் தட்டில் இருந்த வேறு கற்பூர வில்லைகளைப் போட்டு கற்பூரத்தட்டு அணையாமல் பார்த்துக்கொண்டார். கற்பூரம் தட்டில் குறைந்ததும் உள்ளே கையை நீட்டினார்.

உள்ளே நின்ற குருக்கள், பெரிய குருக்களின் எல்லா அசைவுகளையும் பார்த்துக்கொண்டே நின்றார். அதனால் அவரது மன ஓட்டம் அவருக்கு நன்றாகப் புரிந்தது. நீட்டிய குருக்களின் கையில் பல கற்பூர வில்லைகளை எடுத்துவைத்தார் சின்ன குருக்கள்.

கற்பூர ஆரத்தியை எல்லா பக்தர்களுக்கும் காட்டி முடிப்பதற்குள் குருக்களின் கை சோர்ந்துவிட்டது. உள்ளே வந்து விபூதித் தட்டைக் கையில் எடுத்தபடி சின்ன குருக்களைப் பார்த்தார்.

உடனே சின்ன குருக்கள் அந்த விபூதித்தட்டை வாங்கியபடி வெளியே வந்து எல்லோருக்கும் திருநீறு கொடுத்தார்.

முன்னால் நின்ற பக்தர்கள் “சாமீ, எப்ப கடல் குளிக்கப்போறோம். நேரம் பாத்திருக்கிறீங்களா?” என்றார்கள்.

குருக்கள் வெளியே வந்தார்.

“அம்மன்தான் நேரம். எல்லா நேரமும் நல்ல நேரம்தான். நமக்கு வசதியான நேரத்தில் போய் கடல்ல குளிச்சிட்டுத் தீர்த்தம் கொண்டு வருவோம்” என்றார்.

“ஆனாலும் இந்த நேரம்னு குருக்கள் சொன்னாத்தானே எல்லாரும் ஒண்ணா போக முடியும்” என்றார்கள் பின்னால் நின்ற சிலர்.

குருக்கள் பின்னால் திரும்பிப் பார்த்தார்.

அது அதிகாலை நேரம் என்பதால் யாருடைய முகமும் சரியாகத் தெரியவில்லை.

முன்னால் நின்றவர்களைப் பார்த்து,“எப்போ போலாம்னு அய்யாமாரு சொல்லுங்க” என்று கேட்டார் குருக்கள்.

“பன்னிரண்டு மணிக்குப் போலாமே” என்றார் ஒருவர்.

“பன்னிரண்டு மணிக்குப் போய்க் குளிச்சிட்டுத் தீர்த்தம் எடுத்துவந்து கொடியேற்றினா பன்னிரண்டரை மணி பூஜைக்குச் சரியா இருக்கும்” என்றார் குருக்கள்.

“நாலஞ்சு பேர் குளிச்சுட்டு வர்றதுன்னா சரி. பன்னிரண்டு மணிக்கே போலாம். இன்னைக்குக் கூட்டம் நெறைய இருக்கு. செத்த முன்னாடிப் போனா நல்லா இருக்காதா?” என்றார் ஒருவர்.

“அதுவும் சரிதான்” என்றார் குருக்கள்.

“கொஞ்சம் முன்னாடின்னா... எப்போ போலாம்?”

“ஒரு... பத்து மணிக்குப் போலாமா?” என்று கேட்டார் பின்னால் நின்றுகொண்டிருந்த ஒருவர்.

“பத்து மணிக்கே குளிச்சிட்டு வந்திட்டா கொடியேத்திடலாம். ஒடனே பூசை செய்ய முடியாதே” என்றார் குருக்கள்.

"ஒரு, பதினொன்றரை வாக்கில போனா சரியா இருக்கும்" என்றபடி அருகிலிருந்தவர்களைப் பார்த்தார் ஒருவர்.

"ஆமா, அதுதான் சரி" என்றார் குருக்கள்.

பின்னால் நின்றவர்களுக்குப் பத்து மணிக்கே கடல் குளிக்கப் போவதுதான் சரி என்று தோன்றினாலும் அவர்கள் எதுவும் பேசவில்லை.

சூரியனின் ஒளி, கிழக்கிலிருந்து தோன்றியது. அது மண்டபத்தில் வெளிச்சம் கொடுத்தது. முகத்துக்கு முகம் தெரியத் தொடங்கியது.

ஒன்றிரண்டு பேர் சேர்ந்து நின்று பேசத்தொடங்கினார்கள். சிலர் புன்னகைத்துக் கொண்டார்கள். மண்டபத்தில் நின்றவர்கள் ஒவ்வொருவராக வெளியே வந்தார்கள்.

மண்டைக்காட்டு அம்மன் கொடை நடக்கும்போது அந்தப் பகுதியில் உள்ள வீடுகள் எல்லாம் திறந்துதான் இருக்கும். திண்ணையிலும், கூடத்திலும், முற்றத்திலும் என்று மக்கள் கூட்டம் அலைமோதும். யாரும் யாரிடமும் அவர்கள் தங்குவதற்காகக் காசு கேட்கமாட்டார்கள். மண்டைக்காட்டு அம்மனுக்குச் செய்யும் தொண்டாகவே கருதினார்கள். 'மக்கள் தொண்டும் மகேஸ்வரி தொண்டும்' சேர்ந்தே அங்கே நடந்தது.

கொடியேற்றத்திற்காக வந்தவர்களில் பலர், அவர்கள் தங்கியிருந்த வீடுகளுக்குப் போனார்கள். இளைஞர்கள் பலர் கடற்கரையில் தங்கியிருந்தார்கள். அவர்கள் கடற்கரைக்குப் போனார்கள்.

சாதாரண நாட்களில் அதிகாலைப் பூசை முடிந்ததும் நடை சாற்றிவிடுவார்கள். அது கொடைக்காலம் என்பதால் நடையைச் சாற்றவில்லை. பக்தர்கள் வருவதும் போவதுமாக இருந்தார்கள். 'வீடு வரை போய்விட்டு வருகிறேன்' என்று சொல்லிவிட்டு வெளியே வந்தார் பெரிய குருக்கள்.

அம்மன் முன்னாலிருந்த சாம்பிராணித் தட்டில் புகை மட்டுப்பட்டிருந்தது. தணலின் மேல் சாம்பல் பூத்திருந்தது. அதை ஊதிவிட்டால் 'பளீர்' என்று நெருப்புத்துண்டுகள் மின்னும்.

அம்மனின் முன்னால் இருந்த வெள்ளி அம்மன் சிலையின் முன்பு இருந்த விளக்கின் திரி கருகியிருந்தது. அந்தத் திரியைத் தூண்டிவிட்டார் சின்ன குருக்கள்.

வீதி உலாவுக்கு எடுத்துச் செல்லப்படும் பஞ்சலோகச் சிலை அதன் முன்னால் இருந்தது. அதன்முன் பூசைப்பொருள் எதுவும் வைக்கவில்லை என்றாலும் அதுவும் விளக்கொளியில் ஜொலித்துக்கொண்டிருந்தது.

கோயிலுக்கு முன்னால் பத்து பதினைந்து பேர் மட்டும் உட்கார்ந்து இருந்தார்கள். மற்றபடி யாரும் அங்கே இல்லை.

இளைஞர்களில் பலர் அப்போதே கடற்கரைக்குப் போய்விட்டார்கள். மண்டைக்காட்டுக்கு வருவதே கடல் குளிப்பதற்கும் வாத்து முட்டை தின்பதற்கும் என்று நினைப்பவர்கள் அவர்கள்.

❄

7

எட்டு மணிக்கே கோயில் மண்டபத்தில் ஆள் நடமாட்டம் கூடிவிட்டது. ஒலிபெருக்கிக்காரர்கள் அங்கங்கே ஒலிபெருக்கிகளைக் கட்டிக்கொண்டிருந்தார்கள். கூட்டம் அதிகமாகக் கூடும் என்பதால் சிறு வியாபாரிகள் கடை போடுவதற்குத் தயாராகிக் கொண்டிருந்தார்கள்.

கொஞ்சநேரத்தில், 'விநாயகனே... வினை தீர்ப்பவனே...' என்று ஒலிபெருக்கி ஒலித்தது.

முன்பெல்லாம் கொடி ஏற்றுவதற்கு முன்பு 'கொடை நடக்கும் கோயில் இதுதானா?' என்று சந்தேகத்துடன் கேட்பதுபோல் இருக்கும். இப்போது காலம் மாறிவிட்டது. கொடி ஏற்றுவதற்கு முன்பே திருவிழாக் கோலம் வந்துவிடுகிறது.

ஒன்பது மணிக்கெல்லாம் கடலில் சிலர் குளித்துக்கொண்டிருந்தார்கள். சீறிவரும் அலையை எதிர்கொண்டு அவர்கள் நின்றார்கள். அலை அடிக்கும் நேரத்தில் அதன்மேல் தாவி அந்தப் பக்கம் விழுந்தார்கள்.

இப்படி ஒவ்வொரு அலையாக எதிர்கொண்டு தாவிக் குதித்ததால் கடலை ஜெயித்த பெருமிதம் அவர்களின் முகத்தில் தெரிந்தது.

எதிர்த்து வரும் அலையில் கட்டுமரத்தைத் தள்ளிக்கொண்டு நின்றார்கள் சில மீனவர்கள். அலை அடி அதிகமாக இருந்ததால் அவர்கள் கட்டுமரத்தை முன்னே தள்ளிக்கொண்டு போகும்போதெல்லாம் அது திரும்பிக்கொண்டு நின்றது.

பெரிய அலையின் வருகைக்காக அவர்கள் கொஞ்சநேரம் பொறுமையாக நின்றார்கள். சின்னச்சின்ன அலைகள்தான் தொடர்ந்து வந்தன. அந்த அலைகளின் அடி, வேகமாகத்தான் இருந்தது. கடுகு சிறுத்தாலும் காரம் குறையாது என்பதுபோல் அலைகள் அளவில் சிறியவையாய் இருந்தாலும் வேகத்தில் குறைவு இல்லை.

சின்ன அலைகளில் தாவிக் குதித்துக்கொண்டிருந்த இளைஞர்களுக்கு மகிழ்ச்சி அதிகமாக இருந்தது. திடீரென்று ஒரு பெரிய அலை வந்தது. அந்த அலையை எதிர்பார்க்காததால் சின்ன அலையில் தாவியதைப் போலவே. இந்த அலையிலும் தாவினார்கள்.

கடல் அலையில், அதுவும் அரபிக்கடல் அலையில் குளிப்பதற்கு ஒரு லாவகம் வேண்டும். சின்ன அலை என்றால் மேலே தாவி அலையின் பின் பக்கம் பாய வேண்டும். ரொம்ப சின்ன அலை என்றால் குதிக்க வேண்டும். பெரிய அலை என்றால் தரையோடு தரையாக மூச்சைப் பிடித்துக்கொண்டு படுத்துக்கொள்ள வேண்டும். மிகப்பெரிய அலை என்றால் குத்த வைத்திருப்பதுபோல் நன்றாகக் குனிந்துகொள்ள வேண்டும். பெரிய அலையின்போது குனிந்தாலும் படுத்தாலும் அலை நம்மைக் கடந்துபோய் தரையில் அடிக்கும். பெரிய அலையின் மேல் தாவிக்குதித்தால் அது நம்மையும் சுருட்டிக்கொண்டு தரையில் அடிக்கும். சில சமயங்களில் சின்ன அலைகளின் மேல் தாவும்போதுகூட, காலைப் பிடித்து இழுக்கும். வேகமாகப் பாய்ந்தால் தப்பிக்கொள்ளலாம்.

பத்து பதினைந்து பேர் குளித்துக்கொண்டிருந்த அந்த இடத்தில் நான்கைந்து பேர் அலையில் மாட்டிக்கொண்டார்கள்.

அலையில் மாட்டிக்கொண்டோம் என்று பயப்படாமல் இருந்தால் கவலை இல்லை. அலை உருட்டிக்கொண்டே போய்க் கரையில் தள்ளும். தள்ளியவுடன் காலை ஊன்றி எழுந்துவிட வேண்டும். அதுவரை மூச்சைப் பிடித்துக்கொள்ள வேண்டும். மூச்சைப் பிடிக்கத் தெரியாதவர்கள் மூச்சை விட வேண்டியதுதான். அதனால்தான் நீச்சல் சொல்லிக்கொடுக்கும்போதே தண்ணீருக்குள் மூச்சைப் பிடித்துக்கொண்டு இருக்கவும் சொல்லிக்கொடுப்பார்கள். இதற்காகத்தான் சொல்லித்தருகிறேன் என்று சொல்லாமலே

சொல்லிக்கொடுப்பார்கள். பெரியோர் சொல்லைக் கேட்டு நடக்க வேண்டும் என்று சொல்வதும் இதனால்தான்.

பெரிய அலையை எதிர்பார்த்துக்கொண்டு நின்ற மீனவர்கள் கட்டுமரத்தை வேகமாகக் கடலுக்குள் தள்ளினார்கள். அந்தக் கட்டுமரத்தின் இடையே அலையில் மாட்டிக்கொண்ட இரண்டு பேர் உருண்டு வந்தார்கள். அவர்கள் இடையே வந்ததால் அந்த மீனவர்களுக்கு அவர்கள்மேல் கோபம் வந்தது.

“எவம்லே, புத்தி கெட்ட மொவன். மரத்துக்குள்ள வந்து விழுறான்” என்று அவர்கள் ஏசினார்கள். அந்தப் பக்கத்தில் நின்று கடலில் விளையாடிக்கொண்டிருந்த மீனவச் சிறுவர்கள் என்ற எண்ணத்தில் அவர்கள் ஏசிவிட்டார்கள்.

ஒன்பது, பத்து மணிக்கெல்லாம் யாரும் வந்து கடலில் குளிக்கமாட்டார்கள். எனவே கோயிலுக்குச் சாமி கும்பிட வந்தவர்கள் என்று அவர்கள் நினைத்துப் பார்க்கவில்லை.

அலையிலிருந்து மீண்டு எழுந்து நின்றவர்களின் காதில் அவர்கள் சொன்ன கெட்டவார்த்தைதான் கேட்டது. அதைக் கேட்டதும் அவர்களுக்குக் கோபம் வந்துவிட்டது.

“யாரைப் பார்த்துலேமொவன்னு சொல்றே, மீன்கார நாயே!” என்றான் ஒருவன்.

“வேய்! மரத்துக்குள்ள வந்து விழுந்துகிட்டு மண்டை கெண்டைன்னு பேசுறீரு” என்றான் மரம் தள்ளியவர்களில் ஒருவன்.

“நானாலே மொதல்லே ஏசினேன்? நீதானலே ஏசினே!” என்று அவனைப் பிடித்துத் தள்ளினான்.

“ஏ... என்ன? என் மேலயா கை வைக்கிறே. என்னை யாருன்னு நெனைச்சிக்கிட்டே, உப்புக்கண்டம் போட்டுப்புடுவேன்” என்றபடி பிடித்துத் தள்ளினான் மீன்காரன்.

அலையில் மிதந்துகொண்டிருந்த கட்டுமரத்தின்மேல் போய் விழுந்தான் அவன். கட்டுமரத்திலிருந்த ஆணி ஒன்று அவனது கையில் லேசாகக் கிழித்தது. ரத்தம் கசிந்தது. அந்த வேகத்துடன் பிடித்துத் தள்ளியவனை அடிப்பதற்காக ஓடிவந்தான்.

அப்போது அலையில் மாட்டிய வேறு இரண்டு பேரும் மற்றவர்களும் அங்கே ஓடிவந்தார்கள்.

"டேய், டேய் நில்லு" என்று அடிக்கப்போனவனைப் பிடித்தார்கள்.

"இந்தாப் பாருடா, என்னை அடிச்சிப் பிடிச்சித் தள்ளிட்டாண்டா" என்று கையைக் காட்டினான். கையில் ரத்தம் கசிவதைப் பார்த்ததும் அவனுக்கும் ஆத்திரம் வந்தது.

ஓடிப்போனவர்களும் சேர்ந்து மீனவர்களை அடித்தார்கள். இருபக்கத்திலும் கைகலப்பு ஏற்பட்டது.

மீனவர்களில் ஒருவன் முகத்தில் ரத்தம் வடிந்தது. அதைப்பார்த்த மற்ற மீனவர்கள் அடித்தவனைச் சூழ்ந்துகொண்டு தாக்கினார்கள். மரம் தள்ளும் கம்பால் அடித்ததால் அவனது கை ஒடிந்துவிட்டது. அவனது அலறல் சத்தம் கடல் ஓசையையும் தாண்டி ஒலித்தது.

கடல் குளிக்க வந்தவர்களில் இரண்டு மூன்று பேருக்கு நல்ல காயம். மீனவர்களில் நான்கைந்து பேருக்குக் காயம். அவர்கள் கட்டுமரத்தையும் வலையையும் போட்டுவிட்டு ஓடினார்கள்.

கை ஒடிந்தவனையும் காயம் பட்டவனையும் தூக்கிக்கொண்டு ஆஸ்பத்திரிக்குப் போனார்கள்.

அதற்குள் சண்டை நடந்தது, மண்டைக்காட்டு ஊருக்குள்ளும் மீனவர் பகுதியிலும் தெரிந்துவிட்டது.

அன்று ஞாயிற்றுக்கிழமை என்பதால் தேவாலயத்தில் பூசை முடிந்து வெளியே வந்தவர்களில் நிறைய பேர் கடற்கரைக்கு ஓடிவந்தார்கள்.

கொடி ஏற்றத்திற்கு வந்தவர்களும் கடற்கரைக்கு வந்தார்கள்.

சண்டையில் ஈடுபட்டவர்கள் யாரும் அங்கே இல்லை. இருதரப்பில் வந்தவர்களும் கூட்டத்தைப் பார்த்ததும் ஸ்தம்பித்து நின்றார்கள். மண்டைக்காட்டு அம்மன் கோயிலில் கொடை நடக்கும் நேரத்தில் சண்டை வேண்டாம் என்று நினைத்துத் திரும்பினார்கள்.

கடற்கரையில் நின்ற மீனவர்கள் நேரே சர்ச் முன்னால் போனார்கள். கூட்டமாக நிற்பவர்களைக் கண்டதும் பாதிரியார் அங்கே வந்தார். அவரைப் பார்த்ததும் கூட்டத்தில் ஏற்பட்ட சலசலப்பு ஓய்ந்தது.

'என்ன விஷயம்?' என்பதுபோல் கூட்டத்தைப் பார்த்தார் பாதிரியார்.

"ஒண்ணுமில்லை சாமி. நம்ம ஆளுகள்ல ரெண்டு மூணு பேர் மரந்தள்ளப் போயிருக்காங்க..." என்று சொன்னவரை இடைமறித்தார் பாதிரியார்.

"மரந்தள்ளப் போனாங்களா?" என்று கேட்ட பாதிரியார் கூட்டத்தில் நின்றவர்களின் முகங்களைப் பார்த்தார். அப்போதுதான் அவர்களுக்கு அன்று ஞாயிற்றுக்கிழமை என்பது புரிந்தது.

ஞாயிற்றுக்கிழமை என்றால் மெனக்கெடு. யாரும் தொழிலுக்குப் போகக்கூடாது. ஆறு நாள் வேலை செய்த மக்களுக்கு ஏழாம் நாள் ஓய்வு. கர்த்தரே ஓய்வு எடுத்த நாள். அந்த நாளில் யாரும் கடலுக்குப் போகமாட்டார்கள்.

"சரி! சொல்ல வந்ததைச் சொல்லுங்கள்" என்றார் பாதிரியார்.

"மரந்தள்ளிக்கிட்டிருக்கும்போது, மண்டைக்காட்டம்மன் கோயில்ல இருந்து வந்தவங்களுக்கும் இவங்களுக்கும் வாய்த்தகராறு வந்து அது கை கலப்பாயிருக்குது."

"ஞாயிற்றுக்கெழமை தொழிலுக்குப் போயிருக்கக் கூடாது. அப்படிப் போயிருந்தாலும் வம்பு தும்பு இல்லாம வந்திருக்கணும். இன்னைக்கி அவங்க கோயில்ல கொடியேற்றம். எல்லாரும் கோயிலுக்கு வருவாங்க. கோயிலுக்கு வர்றவங்க கடல்ல குளிப்பாங்க. நாம அவங்களுக்கு இடம்விட்டு ஒதுங்கிட வேண்டியதுதானே" என்றார் பாதிரியார்.

இவங்க ஒதுங்கித்தான் நின்னிருக்காங்க. அவனுகள்ல ரெண்டு பேரு வம்பு சண்டைக்கி வந்திருக்கானுவ" என்றார் ஆல்பர்ட். மண்டைக்காட்டு ஊர்ப் பெரியவர்.

"நீங்க சொல்றது நியாயமில்ல! கோயிலுக்கு வந்தவங்க எதுக்காக வம்புச் சண்டைக்கு வர்றாங்க. நான் ஒத்துக்க மாட்டேன். சரி, எது எப்பிடியோ? நடந்ததைச் சொல்லுங்க"

"அவங்க சைடுலயும் நம்ம சைடுலயும் ரெண்டு மூணு பேருக்குக் காயம்."

"நடந்தது நடந்துபோச்சு. நமக்குப் பட்டது நமக்கு. அவங்களுக்குப் பட்டது அவங்களுக்கு. அவங்க திருவிழா முடியறது வரைக்கும் ஒரு பத்து நாளைக்கு அந்தப் பக்கத்தில போகாதீங்க" என்றார் பாதிரியார்.

"அவனுக சண்டைக்கு வந்தவனுக மலையாளிங்க! தாயா, பிள்ளையா வாழ்ந்துகிட்டு இருக்கிற இந்தப் பூமியில சண்டை மூட்டணும்னு வந்திருக்கானுவ" என்றார் கிளாட்வின்.

"பொறுமையா இருங்க. நாமளே மலையாளின்னு பிரிச்சுப் பேசப்புடாது. கர்த்தருக்கு முன்னால எல்லாரும் சமம்தான்"

"இல்லை சாமி, இந்த மலையாளிங்க நம்மளைச் சீண்டறதுக்கின்னே வந்திருக்கானுவ"

"சரி, விடுங்க கிளாட்வின். எல்லாத்தையும் கர்த்தர் பாத்துக்கிடுவார். திருச்சபை சொல்றதைக் கேளுங்க" என்று பாதிரியார் சொன்ன பிறகு கிளாட்வினால் எதுவும் பேசமுடியவில்லை.

"ஒருத்தருக்கு ஒருத்தர் ஒத்துமையா இருக்கிறவங்கதான் கிறிஸ்தவங்க. கிறிஸ்து நமக்கு அப்பிடித்தான் சொல்லித் தந்திருக்கிறாரு. அவங்க தப்பே செய்திருந்தாலும் நாமதான் அதைப் பெருந்தன்மையோட மன்னிக்கணும். சரி, சரி எல்லோரும் அவங்கவங்க வீட்டுக்குப் போங்க" என்ற பாதிரியார் தேவாலயத்தை நோக்கி நடந்தார்.

❈

8

மண்டைக்காட்டு அம்மன் கோயில் முன் இருநூறு பேர் கூடிவிட்டார்கள்.

"இந்த மீன்காரப் பயலுவளை இப்பிடியே விடக்கூடாது ஓய். ரெண்டு, மூணு வருஷத்துக்கு முன்னால இப்பிடித்தான் வம்பு பண்ணினானுவ, அப்புறமா அடங்கிப் போய்ட்டானுவ. இப்போ அவனுவளுக்குக் கொழுப்பு கூடிப்போச்சி. இல்லன்னா இப்பிடி அடிச்சித் தொவைச்சிருப்பானுவளா?" என்றார் புத்தளத்திலிருந்து வந்திருந்த தங்க நாடார்.

"ஆமா ஓய். நீர் சொல்றதுதான் சரி" என்றார் நாகர்கோவிலைச் சேர்ந்த பத்மநாப பிள்ளை. மற்றும் பலரும் இரண்டில் ஒன்று பார்த்துவிட வேண்டும் என்று சொன்னார்கள்.

அப்போதுதான் வீட்டிலிருந்து குருக்கள் வேகமாக வந்தார்.

"ஐயா, ஒரு நிமிஷம் நான் சொல்றதைக் கேட்கணும்" என்று கூட்டமாகக் கூடி நின்றவர்களைப் பார்த்துச் சொன்னார்.

எல்லோரும் அமைதியானார்கள். "நானும் எல்லா விவரங்களையும் அறிஞ்சேன். அதனாலதான் ஓடிவந்தேன். காலையில பூஜை முடிஞ்சதும் நாம என்ன முடிவு பண்ணினோம். பதினொண்ணரை மணிக்குக் கடல்ல குளிச்சிட்டுத் தீர்த்தம் கொண்டு வரவேணும்னு பேசினோம். அதன்படி ஒப்புக்கொண்டுதான் நாம போனோம். அதுக்கு முன்னாடி ஒன்பதரை மணிக்கே யாரோ போய்க் குளிச்சா அதுக்கு நாம பொறுப்பேக்க முடியுமா?"

“ஓய் குருக்கள், ஒமக்கு என்ன தெரியும்? அடி வாங்கியிருக்கது யாருனு நெனைச்சிப் பாத்தீரா ஓய்? நம்ம ஜனங்க குளிக்கிறாங்கன்னு பாத்து வந்து அடிச்சிருக்கானுவ...” என்று கோபமாகப் பேசினார் ரவீந்திரன் நாயர்.

“நாயர் கொஞ்சம் பொறும்” என்றார் பத்மநாபபிள்ளை.

“என்ன வேய் பொறுக்கிறது. இப்பிடிச் சொரணை கெட்டுப்போய் கெடக்கிறதாலத்தான் அவனுங்க ஏறி அடிக்கிறானுவ. நாளைக்கி அவனுவ வந்து மண்டைக்காட்டம்மைக் கோயிலை ஒடச்சிப் போடுவானுவ. அப்பவும் நீர் பாத்துக்கிட்டுப் பொறுமையா இரும்.”

“நாயர் சொல்றதுல நியாயம் இருக்கு. நாம விடப்புடாது” என்றார் முத்துச்சாமி.

மீண்டும் குருக்கள் தலையிட்டுப் பேசினார்.

“நாம ஆத்திரப்பட்டு இப்ப ஏதாங்கிலும் பண்ணியாச்சின்னா, அம்மைக்க கொடை நின்னு போயிடும். அதினால கொஞ்சம் ஆற அமர யோசிச்சி முடிவெடுப்போம். பதினொண்ணரை மணிக்கு நாம தீர்த்தம் ஆடுறதுக்குப் போவோம். அப்பவும் யாரங்கிலும் சண்டைக்கி வந்தாங்கன்னா பார்போம்” என்று குருக்கள் சொன்னதற்கு யாரும் மறு பேச்சுப் பேசவில்லை.

ரவீந்திரன் நாயருக்குக் கோபம் வந்தது. ‘சொல்லுவதைச் சொல்லிவிட்டோம். இனி நாலு பேருக்கு உள்ளது நமக்கும்’ என்று பேசாமல் இருந்தார்.

அவர் இருந்தாலும் அவர் குணம் இருக்க விடாது.

“ஏலே, சின்னக்குட்டி அந்தச் செண்டை மேளக்காரரை நான் சொன்னேன்னு வரச்சொல்லுடே” என்று அவரது சகாவைப் பார்த்துச் சொன்னார்.

“தீர்த்த நீராடப் போகும்போது எதுக்கு ஓய் செண்டை மேளம்?” என்றார் ஒருவர்.

“தீர்த்தத்துக்கு மேளத்தோட போறது நம்ம பழக்கம் இல்லை ஓய்” என்றார் இன்னொருத்தர்.

"பழக்கம் என்ன ஓய், பழக்கம். நாமா பாத்துக்கிட்டு வைக்கிறதுதான் பழக்கம். இந்தத் தடவையிலேயிருந்து செண்டை மேளம் வைச்சிர வேண்டியதுதான்" என்றார் ரவீந்திரன் நாயர்.

"திடீர்னு புதுப்பழக்கம் ஒண்ணும் வேண்டாம். இங்கே ஒன்னை வெட்டட்டா, என்னை வெட்டட்டான்னு கெடக்கிறானுவ பயலுவ. நீர் வேற தூண்டி விடாதேயும்" என்றார் பிள்ளை.

"ஆமா, ஐயா! பத்மநாப பிள்ளை சொல்றதைக் கேட்போம்" என்று சொன்னார் குருக்கள்.

"அப்போ நான் சொல்றது ஒண்ணையும் கேக்க மாட்டீங்க. எப்பிடியும் போங்க. லே! சின்னகுட்டி நில்லுலே" என்ற நாயர் 'நடக்கிறது நடக்கட்டும்' என்று தனக்குள் முணுமுணுத்துக்கொண்டார்.

மணி பதினொன்று ஆனது. குடத்தைத் தயாராக எடுத்துக்கொண்டு வைத்தார் குருக்கள். மண்டபம் முழுவதும் பெருங்கூட்டம்.

"இன்னைக்கிக் கடல் தத்தளிக்கப் போகுது ஓய். கூட்டத்தைப் பாத்தீரா?" என்றார் தங்க நாடார்.

"பின்ன, மண்டைக்காட்டு அம்மை தனக்க இஷ்டம்போல இருக்கிற இடம் இல்லையா இது. ரொம்ப துடியான தெய்வம் ஓய்'' என்று அருகில் நின்ற முத்துச்சாமி சொன்னார்.

"நாளுக்கு நாள் கூட்டம் கூடிக்கிட்டே போகுது பாத்தீரா"

"அம்மை இங்கே வளந்துகிட்டே இருந்தா தெரியுமா? பதினைஞ்சடி உயரமா வளந்த பிறகு, எங்களால ஒனக்குக் கோயில் கட்ட முடியாதும்மா; வளர்றதை நிறுத்திக்கோன்னு திருவிதாங்கூர் ராசா அம்மை கால்ல விழுந்தாங்க. அன்னைக்கு ராத்திரி அவரு கனவில அம்மை போய், நான் வளராம இருக்க மாட்டேன். ஆனா வேகத்தைக் கொறைச்சிக்கிட்டேன். இனி ஒவ்வொரு வருஷமும் ஒரு நெல் அளவுதான் வளருவேன்னு சொல்லிச்சாம். அதுக்குப்பிறகுதான் இப்ப நாம பாக்கிற கோயிலைக் கட்டினாங்களாம்" என்று சொன்ன முத்துச்சாமி பக்தியுடன் அம்மையைப் பார்த்துக் கன்னத்தில் போட்டுக்கொண்டார்.

மணி பதினொன்றரை ஆனது. குடத்தை எடுத்துத் தோளில் வைத்துக்கொண்டார் குருக்கள்.

“மண்டைக்காட்டம்மா சரணம்” என்ற குரல் ஓங்கி ஒலித்தது. எல்லோரும் கூட்டம் கூட்டமாகக் கடலை நோக்கி நடந்தார்கள். கடலை நோக்கி நடந்த அவர்களின் நடையில் பக்தியைவிட வேகம்தான் தெரிந்தது.

சிலரது நடை மிகக் கோபாவேசமாக இருந்தது. ‘என்ன வந்தாலும் பார்த்துக்கலாம்’ என்னும் தோரணையில் நெஞ்சை நிமிர்த்தி நடந்தார்கள்.

குடத்தைத் தோளில் சுமந்தபடி போன குருக்களுக்கு இந்த ஆரவாரச் சத்தம் பயத்தைத் தந்தது. குடமும் கையுமாக அவர் கடலில் இறங்கினார். அலையில் முங்கிக் குளித்த அவர் தனது வேட்டியை இறுக்கிக்கொண்டார். குடத்தைத் தலைக்கு முன்னால் தூக்கிப் பிடித்தபடி“மண்டைக்காட்டம்மா” என்றார்.

அடுத்த அலை வந்து தெளிந்த நேரத்திற்குள் ஒரு குடம் தண்ணீர் பிடித்தார். அந்தக் குடத்தைத் தனது தோளில் வைத்தபடி“மண்டைக்காட்டம்மா” என்றார்.

குருக்கள் முன்னால் நடந்தார். அவருக்குப் பின்னால் தங்க நாடார், பத்மநாப பிள்ளை, ரவீந்திரன் நாயர் முதலானோர் வந்தார்கள்.

கடல் குளிக்கப் போகும்போது இருந்தவர்களில் நாலில் ஒருவர்தான் திரும்பி வந்தார்கள். மீதம் பேர் இன்னும் கடலில் குளித்துக்கொண்டிருந்தார்கள்.

கோயிலுக்கு வந்த குருக்கள் அந்தக் குடத்துள் இருந்த தண்ணீரைக் கோயிலின் நான்கு பக்கமும் தெளித்தார். கோயிலுக்குள் போனார்.

பெட்டிக்குள் இருந்த வெள்ளைக் கொடித் துணியையும், கயிற்றையும் எடுத்துக்கொண்டு வெளியே வந்தார்.

கொடியேற்றுவதற்கு வெளியே எல்லோரும் தயாராக நின்றார்கள்.

மண்டைக்காட்டு அம்மன் திருவிழாவின் கொடியேற்றும் நிகழ்ச்சி சிறப்பாக நடந்தேறியது.

கொடியேற்றம் நடந்து கொண்டிருக்கும்போதே ரவீந்திரன் நாயரின் மனம் முழுவதும் கடலில் குளித்துக் கொண்டிருப்போர் மேல்தான் இருந்தது.

கொடியேற்றம் முடிந்ததும் அவர் கடற்கரைக்குப் போனார். கடல் அடிக்கும் சத்தம் குறைந்திருந்தது. ஆனால் அவரது மனம் வேகமாக அடித்துக்கொண்டிருந்தது.

கடலில் குளித்துக்கொண்டிருந்தவர்களில் பலர் கரையேறி ஈரத்துணியுடன் கோயிலுக்குப் போனார்கள். இன்னும் பத்து, பதினைந்து பேர்தான் கடலில் குளித்துக்கொண்டிருந்தார்கள்.

மீனவர் பகுதியில் எந்தச் சலசலப்பும் இல்லை என்றாலும் நாயருக்குப் பயமாகவே இருந்தது. கடலில் குளித்துக்கொண்டிருந்தவர்கள் கரைக்கு வரும்வரை அவர் கரையிலேயே நின்றார். அவருக்குப் பின்னால் சின்னக்குட்டியும் நின்றான்.

மீண்டும் கோயிலுக்கு வந்த ரவீந்திரன் நாயர் மண்டைக்காட்டம்மன் முன்னால் விழுந்து வணங்கினார்.

9

இரவு இரண்டு மணியிருக்கும். விக்டோரியாவின் கூரை வீட்டுப்பக்கம் யாரோ நடமாடுவதுபோல் தோன்றியது. நிமிர்ந்து பார்த்த விக்டோரியா 'யாராவது இரண்டாம் ஆட்டம் முடிந்து போவார்கள்' என்று நினைத்துக்கொண்டு மீண்டும் படுத்தாள்.

சிறிது நேரத்திற்குப் பிறகு குடிசையின் செருவையை யாரோ தட்டுவதுபோல் தோன்றியது. 'சத்தம் போடலாமா, அப்பாவை எழுப்பலாமா' என்று நினைத்த விக்டோரியா மெதுவாக எழுந்து தந்தையின் அருகில் வந்தாள்.

ஜான் நன்றாகத் தூங்கிக்கொண்டிருந்தான். 'ஒருவேளை விக்டராக இருக்குமோ?' என்று நினைத்தவள், எதற்கும் இருக்கட்டுமே என்று கையில் வெட்டரிவாளை எடுத்துக்கொண்டு கதவைத் திறந்து பார்த்தாள்.

கொஞ்சதூரத்தில் விக்டர்தான் நின்றுகொண்டிருந்தான். கதவைச் சாற்றிய விக்டோரியா, வெட்டரிவாளைக் கதவில் தொங்கவிட்டாள்.

அவளைப் பார்த்ததும் விக்டர் ஓடிவந்தான். அருகில் வந்த அவனிடம், "அப்பா உள்ளே தூங்கறாரு, இப்போ ஏன் வந்தீங்க?" என்று கிசுகிசுத்தக் குரலில் கேட்டாள்.

"சரி, சரி... கொஞ்சம் தள்ளிப்போயிடலாம் வாங்க" என்று சொல்லியவாறு பூனை நடை நடந்தாள் விக்டோரியா. அவளுக்குப் பின்னால் நடந்தான் விக்டர்.

இருவரும் குருசடிக்குப் பின்னால் இருக்கிற தோட்டத்திற்கு வந்தார்கள். தென்னைமரங்களும், வாழைமரங்களும் அடர்த்தியாக வளர்ந்துள்ள பகுதி அது. வாழைமரம் நிற்கும் வரிசை ஈரமாக இருந்தது. தென்னைமரம் நிற்கும் வரிசை காய்ந்திருந்தது. ஒரு தென்னைமரத்தின் மூட்டில் இருவரும் உட்கார்ந்தார்கள்.

“இப்ப சொல்லுங்க, என்ன அவசரம்?”

“ஒண்ணும் இல்லை, தூக்கம் வரல்லை. ஒன்னைப் பாக்கணும் போல இருந்துச்சு. அதுதான் அப்படியே நடந்து வந்துட்டேன்.”

“பாக்கணும்னா..! நட்ட நடுராத்திரியிலயா? எப்பன்னு இருக்குல?”

“நீ கோவிச்சுக்க மாட்டேன்னு நெனைச்சேன். வந்துட்டேன்.’’

“பாத்தாச்சு இல்லே, கெளம்புங்க”

“என்ன விக்கு, வெரட்டுறே”

“பின்னே, யாராவது பார்த்தா என்ன ஆகிறது?”

“ஒண்ணும் ஆகாது. யாரோ ரெண்டு காதலர்கள் சந்திக்கிறாங்கன்னு நெனைச்சுக்குவாங்க” குழைந்து பேசிய விக்டர், “விக்கு...” என்று இழுத்தபடி விக்டோரியாவின் கைகளைப் பற்றினான்.

அது மாசி மாதம் என்பதால் பனி பெய்துகொண்டிருந்தது. அந்தப் பனிப்படலத்தில் நிலவின் ஒளி தெளிவாகத் தெரியவில்லை. பனிக்குளிர்ச்சியால் தென்னைமரங்களும் வாழைமரங்களும் அசையாமல் நின்றன.

விக்டோரியா தனது கையை இழுத்தாள். அவளது கையுடன் விக்டரின் கையும் அவளை நோக்கி வந்தது. அவனது கையைத் தள்ளுவதற்காக இடக்கையால் தொட்டாள்.

அந்தக் கையையும் தனது அடுத்த கையால் பற்றிப் பிடித்தான் விக்டர்

இப்போது நான்கு கைகளும் விக்டோரியாவின் கால்களின் மேல் ஒன்றன் மேல் ஒன்றாக இருந்தன. தனது கைகளை இழுத்தாள்

அவள். நான்கு கைகளும் சேர்ந்து இழுபட்டதால் விக்டரின் முன் கை அவளது காலில் பட்டது. இரண்டு கைகளும் பிடிபட்டதால் நிமிர முடியாமல் குனிந்திருந்தாள் விக்டோரியா.

"இதற்குமேல் கைகளை இழுக்க முடியாது. விடுங்க."

"இருக்கட்டுமே"

விக்டோரியாவுக்கும் அது இதமாகத்தான் இருந்தது. மேலே இருந்த தனது வலது கையால் தோள்களைத் தொடப்போனான் விக்டர். அதைத் தடுப்பதற்காக இடது கையைத் தூக்கிய அவளது கை அவளை அறியாமல் அவனது கைமேல் பட்டது. தோளைப் பிடித்துத் தன்னோடு நெருக்கினான்.

'அந்த இரவு நேரத்தில் யாரும் வரமாட்டார்கள்' என்ற தைரியம் வந்தது விக்டோரியாவுக்கு.

இப்போது இருவரும் தென்னைமரத்தில் சாய்ந்தபடி அருகருகே உட்கார்ந்திருந்தார்கள்.

"அப்பா திடீர்னு முழிச்சிடுவாங்க."

"முழிச்சிட்டா?"

"என்னைத் தேடுவாங்க..."

"தேடினா?"

"தேடி வருவாங்க..."

"நேரே இங்கயா வருவாங்க?"

"அங்க... இங்கன்னு தேடுவாங்க இல்லையா?"

"முழிச்சிருக்க மாட்டாங்க. நாம தனியாப் பேசவேண்டியது நெறைய இருக்கு" என்ற விக்டர் அவளைத் தன் பக்கமாகச் சேர்த்துக்கொண்டான்.

"என்ன பேசணும்?"

"ஒன்னையும் என்னையும் பற்றி, நம்ம எதிர்கால வாழ்க்கையைப் பற்றி"

"பேசுங்க"

அவளை இன்னும் நெருக்கமாகத் தன்னோடு சேர்த்தான் விக்டர்.

“ஒங்களுக்குப் பேச்சில கவனம் இல்லை.”

“அதனால, பேசாம இருப்போம்” என்று கன்னத்தோடு கன்னம் வைத்து உரசினான்.

“பேசணும்னா பேசுங்க. இல்லைன்னா எழுந்திருங்க, போவோம்” என்றபடி அவளை அறியாமல் அவனது முதுகில் இருந்த கைகளை அகற்றினாள்.

“சரி, சரி பேசுவோம்” என்ற விக்டர், எனக்குத் தெரிஞ்சவங்க எல்லாரையும் பார்த்துட்டேன். தோல் தர்றதுக்குச் சம்மதிச்சிருக்காங்க. இன்னைக்கி எடலாக்குடிக்குப் போய் முஸ்தஃபாவைப் பாக்கப் போறேன். அவரு வேண்டாம்னு சொல்லமாட்டாரு. இந்த யாவாரம் மட்டும் கை கொடுத்துச்சுன்னா நாம கை பிடிச்சிட வேண்டியதுதான்” என்றான்.

“இன்னும் கையைப் பிடிக்கல்லையாக்கும். அதுக்கு மேலயும் போயாச்சு” என்றவளை மீண்டும் தன்னோடு சேர்த்துக்கொண்டான்.

“நான் நம்ம கல்யாணத்தைச் சொன்னேன்” என்று கொஞ்சினான் விக்டர்.

“நீங்க மட்டுந்தான் தோல் ஆர்டர் எடுத்திருக்கீங்கன்னு பீத்திக்காண்டாம். நானும் கீழமணக்குடி பாய், மேலமணக்குக்காரர், கல்வெளைக்காரர், மணவாளபுரத்துக்காரரு எல்லாரையும் பாத்துக் கேக்கச் சொல்லியிருக்கேன்.”

“யார்கிட்ட சொல்லியிருக்கிறே?”

“எங்க அப்பாகிட்டதான்.”

“எப்பிடிச் சொன்னே?”

“தாமரைக்கொளத்து நாடார் ஒருத்தருக்குன்னு கேக்கச் சொன்னேன்.”

“அவுருக்காக நீ ஏன் கேக்கிறேன்னு உங்க அப்பா கேக்கலையா?”

“அவுங்க அப்பிடியெல்லாம் கேக்க மாட்டாங்க.

“எல்லோரும் என்ன சொன்னாங்களாம்...?”

“மேல மணக்குடிக்காரர்தான் இன்னும் ஒண்ணும் சொல்லலையாம். பாக்கலாம்னுட்டாராம். மத்தவங்க எல்லாரும் தர்றதுக்குச் சம்மதிச்சிட்டாங்களாம்” என்றாள்.

சந்தோஷத்தில் இறுக்கமாக அவளைத் தன்னோடு சேர்த்துக்கொண்டான் விக்டர்.

“ஒங்க சந்தோஷம் என்னை அணைக்கிறதுல தெரியுது. அதை இதில காட்ட வேண்டாம்.”

“வேற எதுல காட்டறது?”

“ஆங், பேச்சில காட்டுனா போதாது செயல்ல காட்டுங்க”

“அப்ப என்னைச் சோம்பேறிங்கறீயா?”

“தப்புத்தப்பு, ஒங்களைப் போய்ச் சோம்பேறின்னு சொல்வனா? நீங்க மடச்சோம்பேறியாச்சே”

“என்னையா மடச்சோம்பேறின்னு சொல்றே. இப்ப என்ன பண்றேன் பாரு'' என்றபடி விக்டோரியாவை அணைத்துப் பிடித்தபடி தரையில் சாய்ந்தான்.

இழுத்த இழுப்புக்கு அதுவரை போய்க்கொண்டிருந்த விக்டோரியா தரையில் சாயவில்லை.

“போதும்போதும். உங்க சுறுசுறுப்பு நல்லாத் தெரியுது. இந்தச் சுறுசுறுப்பை வேலையில காட்டுங்க.”

“வேலையிலதான் காட்டுறேன்.”

“இந்த வேலையில இல்ல, தோல் வியாபாரத்துல.”

“இதுவும் யாவாரந்தான். கொடுக்கல் வாங்கல் இருக்குதுல்லியா.”

“கொடுக்கல் வாங்கல் இருக்கிறது எல்லாமே யாவாரம் இல்லை. இது வாழ்க்கை. சரி, சரி... நேரமாச்சி. அப்பா தேடுவாரு” என்றாள் விக்டோரியா.

இருவரும் எழுந்தார்கள்.

தோப்பு வழியே நடந்தார்கள்.

தோப்பில் இருந்த பறவைகளில் சில, ஆள் அரவம் கேட்டுக் குரல் கொடுத்தன.

"இந்தப் பக்கத்தில எல்லாம் தனியா வர்றதுக்குப் பயமா இருக்கும் இல்லியா?" என்று கேட்டாள் விக்டோரியா.

"என் கண்ணு, இனி எதுக்குத் தனியா வரணும்? அதுதான் நான் இருக்கிறேனே" என்ற விக்டர் அவளது கையைப் பற்றியபடி நடந்தான்.

பலநாள் விக்டருடன் பேசியிருந்தாலும் பழகியிருந்தாலும் இன்றுதான் ஒன்றாக வாழ்வதுபோல் தோன்றியது விக்டோரியாவுக்கு. கையை விடுவித்துக்கொண்டு அவனது தோளை ஆதரவாகப் பிடித்துக்கொண்டு சாய்ந்து நடந்தாள்.

அவளது உடலின் வலது பகுதி முழுவதும் விக்டரின் இடது பகுதியில் சேர்ந்திருந்தது. அவனால் நடக்க முடியவில்லை. வலது கையால் அவளை முன்பக்கம் இழுத்து முகத்தோடு சேர்த்துக்கொண்டான்.

"இப்பிடியே இருந்திடுவோமே" என்றான் விக்டர்

"ஆசையைப் பாரு" என்ற விக்டோரியா, "ஒண்ணு சொல்ல மறந்திட்டேனே, எங்கிட்ட ஐயாயிரம் ரூவா இருக்கு. அதை நாளைக்கிக் கொண்டுவரட்டுமா?" என்று அணைப்பில் இருந்தபடியே கேட்டாள்.

"அது பத்திரமா இருக்கட்டும். அதெல்லாம் இப்போ வேண்டாம். நாளைக்கி..."

"நாளைக்கி இல்லை, இன்னைக்கி. நேரம் விடியப்போகுது"

"ஆமா, இன்னைக்கு எடலாக்குடிக்குப் போய் ஏற்பாடு பண்ணிட்டு வந்திடுறேன். கடை எடுக்கும்போது ஒங்கிட்ட வாங்கிக்கிடுறேன். என்ன?" என்று அவளது கன்னத்தில் தட்டினான்.

நடந்துவந்த இருவரும் மணக்குடித் திருப்புக்கு வந்துவிட்டார்கள்.

ரோட்டில் ஆள் நடமாட்டம் தெரிந்தது.

"இதுக்குமேல நின்னா மாட்டிக்கிடுவோம். போய்ட்டு வாங்க" என்றாள் விக்டோரியா

"நான் கூடவந்து விட்டுட்டுப் போட்டுமா?"

"வேற வெனையே வேண்டாம்! நான் பயப்படாம ரோட்டில நடந்து போயிடுவேன். நீங்க போய்ட்டு வாங்க" என்ற விக்டோரியா வேகமாகத் திரும்பி நடந்தாள்.

ரோட்டில் நடந்து வந்தவர்களில் சிலர் திரும்பிப் பார்த்தபடி நடந்துபோனார்கள்.

விக்டோரியா, குடிசைக்கு வரும்போது ஜான், குடிசையின் முன்னால் நின்றுகொண்டிருந்தான்.

தூரத்தில் வரும்போதே தந்தையைப் பார்த்துவிட்டதால் வீட்டின் பின்பக்கமாக வந்தாள் விக்டோரியா.

வீட்டின் பின்னாலிருந்து விக்டோரியா வந்ததால் 'எங்கேயோ காலையில ஒதுங்கப் போயிருப்பாள்' என்று நினைத்தபடி எதுவும் பேசாமல் கடற்கரைப் பக்கம் நடந்தான் ஜான்.

✵

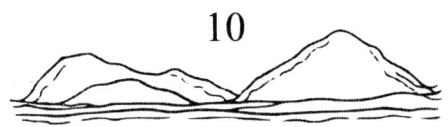

10

அன்று வெள்ளிக்கிழமை.

இரவு எட்டரை மணி பூஜைக்காகக் கூட்டம் நெருக்கிக் கொண்டிருந்தது. அந்த இரவு நேரத்திலும் புதிதாக வந்த பக்தர்கள் சிலர் கடலில் குளித்துவிட்டு ஈரம் சொட்டச்சொட்ட வந்து நின்றார்கள்.

கோயிலுக்கு முன்பு திரை போடப்பட்டிருந்தது. உள்ளே அம்மன் அலங்காரத்தில் ஈடுபட்டிருந்தார் குருக்கள். பூஜையில் அவருக்கு உதவி செய்வதற்காக மேலும் இரண்டு பேர் நின்றார்கள்.

வெளியே மேளம் அடித்துக்கொண்டிருந்தார்கள். செண்டை மேளக்காரர்கள் மேளம் அடிப்பதற்குத் தயாராக நின்றார்கள்.

குருக்களில் ஒருவர் திரையை விலக்கினார்.

மணியை ஒலித்தார்கள்.

மேளக்காரர்கள் மேளத்தை உச்சத்தில் அடித்தார்கள். அந்தச் சத்தத்தை மறைக்கும்படியாகச் செண்டைமேளம் முழங்கியது. இந்த ஒலிகளுக்கு இடையே "மண்டைக்காட்டம்மா சரணம்" என்கிற சரண ஒலியும் கேட்டுக்கொண்டிருந்தது.

புற்றில் தோன்றிய அம்மன் உருவம் முழுவதும் சந்தனக்காப்புப் பூசப்பட்டிருந்தது. அதற்கு முன்னால் இருந்த அம்மனின் வெள்ளிச்சிலையில் அணிகலன்களும் மாலைகளும் அழகு செய்தன.

சாம்பிராணிப்புகை கோயில் முழுவதும் நிறைந்திருந்தது.

வெளியே மேளச்சத்தம் கொஞ்சம் குறைந்திருந்தது. மணி ஒலித்துக்கொண்டிருந்தது.

குருக்கள் கற்பூரத்தட்டை அம்மனின் முகத்தருகே கொண்டுபோனார்.

மணி ஒலியும் மேள ஒலிகளும் மிகவும் வேகமாக இசைத்தன.

கற்பூர ஒளியில் அம்மனின் உருவத்தைப் பார்ப்பதற்காக எல்லோரும் நெருக்கியபடி முன்னால் வந்தார்கள்.

முன்னால் நின்றவர்கள் விலகாததால் ஆண்களும், பெண்களும் வேறுபாடு இல்லாமல் நெருங்கி நின்றார்கள்.

எல்லோரும் அம்மன் மேல் கவனமாக நின்றார்கள். கற்பூர தீபம் காட்டி முடித்ததும் மக்கள் அங்கங்கே அமர்ந்தார்கள்.

மண்டைக்காட்டம்மன் கோயிலின் முன்புறம் இருந்த பெரிய குத்துவிளக்குக்கு இடையில் வலிய படுக்கை போடுவதற்கு ஏற்பாடு தொடங்கியது.

வலிய படுக்கையின் முதல் கட்டமாகப் பெரிய வாழை இலைகளை வட்டமாகப் போட்டார்கள். அதன்மேல் வட்டமாக வெற்றிலைகளை அடுக்கினார்கள். அதன்மேல் பாக்குகளை வைத்தார்கள். பாக்குக்குப் பக்கத்தில் தேங்காய்களை வரிசையாக அடுக்கினார்கள். தேங்காய்க்கு அருகில் வாழைப்பழத்தையும் மாதுளம்பழத்தையும் வைத்தார்கள்.

கற்கண்டு, பொரி, அவல், பூ, மா, பலா முதலியவற்றை வரிசையாக அடுக்கி வைத்தார்கள். இவ்வாறு கோபுரம்போல் அடுக்கியதன் நடுப்பகுதியில் பலவகையான பூக்களைப் போட்டார்கள்.

அம்பாரமாய் வளர்ந்து நின்ற அந்த வலிய படுக்கையில் குருத்தோலைகளைச் செருகி அழகுபடுத்தினார்கள். அதன்மேல் பூக்களை வரிசையாக உச்சியிலிருந்து நான்கு புறமும் தொங்கவிட்டார்கள்.

இவ்வளவு பெரிய படுக்கையை அம்மன் முன் படைப்பது சாதாரணம் அல்ல. அதற்கு ஆறு குருக்களும் பூக்கட்டியாரும்

சேர்ந்து உழைத்தார்கள். அதன் பயனாய் அந்த வலிய படுக்கை எல்லோருடைய கவனத்தையும் ஈர்த்தது.

வலிய படுக்கைப் போட்டு முடிப்பதற்கு இரவு பன்னிரண்டு மணியாகிவிட்டது.

அந்த வலிய படுக்கைப் பூசையைப் பார்ப்பதற்காகவே ஆயிரக்கணக்கானோர் கூடி நின்றார்கள்.

பூசை தொடங்கியது. மீண்டும் ஆண்களும், பெண்களுமாய்க் கூட்டம் நெருக்கியது.

பூசை முடியும் வேளையில் ஒரு பெண் அலறினாள். "யாரோ எனக்க தாலியை அறுத்துக்கிட்டு ஓடுறாங்க" என்றாள்.

'எங்க போறான்!' என்று பலரும் ஒரே குரலாகக் கேட்டார்கள்.

அந்தப் பெண் தெற்கே கடற்கரையைக் காட்டினாள். நான்கைந்து பேர் உடனே கடற்கரையை நோக்கி ஓடினார்கள்.

இரவைப் பகலாக்கும்படியாகப் பல டியூப் லைட்கள் போடப்பட்டிருந்தன. மரங்களில் எல்லாம் பலவகைப் பழங்கள் பழுத்துத் தொங்குவதுபோல் சீரியல் லைட்டுகள் தொங்கின.

கடற்கரையைத் தவிர மற்ற இடங்கள் எல்லாம் மிகவும் வெளிச்சமாய் இருந்தன.

தாலியை அறுத்துக்கொண்டு ஓடியவனைத் தேடிப்போனவர்கள் நேரே கடற்கரைக்குத்தான் ஓடினார்கள்.

கடற்கரையில் யாருமே இல்லை.

அலை மட்டும் வருவதும் போவதுமாய் இருந்தது. போனவர்கள் திரும்பி வந்தார்கள்.

"கண் இமைக்கிற நேரத்தில் காணமல் போய்ட்டானே. ஆச்சரியமா இருக்கே" என்று எல்லோரும் முனகிக்கொண்டார்கள்.

"மண்டைக்காட்டம்மா, ஒன்னை நம்பித்தான் தூரா தொலைவிலிருந்து வந்திருக்கோம். ஒனக்க எல்லைக்குள்ளேயே தாலியை அறுத்துட்டு ஓடுறான். நீ பாத்துக்கிட்டு இருக்கியே அம்மா" என்று ஒரு பெண் புலம்பினாள்.

"ஆள் எப்பிடிம்மா இருந்தான். பாத்தியா?" என்று பத்மநாப பிள்ளை கேட்டார்.

"கறுகறுன்னு இருந்தான். பனியன் போட்டிருந்ததுபோல இருந்தது. ஆங் செவப்புக்கலர் பனியன்" என்று தயங்கித்தயங்கிச் சொன்னாள்.

"நீ கவலைப்படாதேம்மா. மண்டைக்காட்டம்மன் கோயில்ல இப்பிடி நடக்காது. என்னமோ அசம்பாவிதமா நடந்திருக்கு" என்று இழுத்தார் பத்மநாப பிள்ளை.

"எவன் எடுத்திருந்தாலும் அம்மை காட்டித் தந்திடுவா. அவ கண் முன்னால இப்பிடிப் பண்ணியிருக்காமுன்னா. அவன் எப்பிடிப்பட்ட கில்லாடியா இருப்பான்" என்றார் தங்க நாடார்.

இந்தச் சந்தடி எதிலும் பட்டுக்கொள்ளாமல் விபூதி கொடுத்துக்கொண்டிருந்தார் குருக்கள்.

விபூதி கொடுத்து முடித்த குருக்கள் கோயிலின் உள்ளே போனார்.

எல்லோரும் வலிய படுக்கையைத் தொட்டு வணங்கியபடி தங்கியிருந்த இடத்திற்குப் போனார்கள்.

தாலி அறுபட்ட பெண்ணும் அவளுடன் வந்தவர்களும் இன்னும் கொஞ்சம் பேரும் மட்டும் நின்றார்கள். மற்றவர்கள் எல்லோரும் போய்விட்டார்கள்.

தாலி அறுபட்ட பெண் தங்கலட்சுமி. வள்ளியூரைச் சேர்ந்தவள். அவளது கணவன் ஞானசுந்தரம், திருநெல்வேலியில் வேலை பார்க்கிறார்.

இன்றைக்குச் சாயங்காலம் ஆபீசை முடித்துவிட்டு நேராக மண்டைக்காட்டுக்கு வருவதாகச் சொல்லியிருந்தார். அவரும் இன்னும் வந்து சேரவில்லை. தங்கலட்சுமியும் அவளது இரண்டு குழந்தைகளும் பக்கத்து வீட்டாருடன் இன்றைக்குக் காலையில்தான் வந்தார்கள்.

இரவு ஒரு மணிக்குமேல் ஆகிவிட்டது. பெரும்பாலும் எல்லோரும் தூங்கிவிட்டார்கள். தங்கலட்சுமியுடன் வந்தவர்கள்

அங்கேயே ஜமுக்களத்தை விரித்துப் படுத்துவிட்டார்கள். அவளது குழந்தைகளும் தூங்கிவிட்டார்கள்.

இன்னும் கொஞ்சம் பேர் அங்கேயே தூங்குவதற்கு ஏற்பாடு செய்துகொண்டிருந்தார்கள். தங்கலட்சுமிக்குத் தூக்கம் வரவில்லை.

தலையைக் குனிந்தபடி உட்கார்ந்திருந்தாள்.

கோயிலுக்கு உள்ளே நின்ற குருக்கள், திரையைப்போட்டு மூடிவிட்டு வெளியே வந்தார்.

கோயிலை ஒருமுறை சுற்றிக் கும்பிடுவதற்காக அவர் பின்பக்கம் போனார். அங்கே தங்கலட்சுமியின் தாலி கிடந்தது.

தாலியைப் பார்த்ததும் திடுக்கிட்டுப் போனார் குருக்கள். 'தாலியை அறுத்தவன் கடற்கரையை நோக்கி ஓடியதாக அல்லவா சொன்னார்கள். கடற்கரைக்குப்போன தாலி மண்டைக்காட்டு அம்மன் கோயிலுக்குப் பின்னால் எப்படி வந்தது?' என்று திகைத்தார்.

தாலியை அவர் கையில் எடுக்கவில்லை. நேரே கோயிலின் முன்பகுதிக்கு வந்தார். பெரும்பாலும் எல்லோரும் தூங்கிக்கொண்டிருந்தார்கள். தங்கலட்சுமியும் வேறு ரெண்டு மூன்று பேரு மட்டும் தூங்காமல் இருந்தார்கள்.

தாலிக் கிடப்பதை எப்படிச் சொல்வது என்று சிந்தித்தார்.

நல்ல வேளையாக அப்போது ரவீந்திரன் நாயரும் சின்னக்குட்டியும் கடற்கரைப் பக்கத்திலிருந்து வந்தார்கள்.

அவர்கள் தொலைவில் வரும்போதே கையைக் காட்டி அழைத்தார் குருக்கள்.

"என்ன குருக்களையா?" என்றபடி அருகில் வந்தார் நாயர்.

"அந்தப் பொம்பளைக்க தாலி, அம்மன் கோயிலுக்குப் பின்னாலே கெடக்கு" என்றார் குருக்கள்.

அதுவரை தலையைக் கீழே குனிந்துகொண்டிருந்த தங்கலட்சுமி நிமிர்ந்து பார்த்தாள்.

"வாம்மா, ஒனக்க தாலி, கோயிலுக்குப் பொறத்த கெடக்காம்" என்றார் ரவீந்திரன்.

அவசரப்படாமல் மெதுவாக எழுந்து குருக்களின் பக்கத்தில் வந்தாள் தங்கலட்சுமி.

"வாம்மா... வா, வந்து எடுத்துக்கோ" என்றார் குருக்கள்.

அதற்குள் தூங்காமல் இருந்த ஒன்றிரண்டு பேர் அங்கே வந்துவிட்டார்கள். எல்லோருமாகச் சேர்ந்து கோயிலுக்குப் பின்பக்கம் போனார்கள்.

அங்கே, தங்கலட்சுமியின் தாலி கிடந்தது.

தாலியை எடுப்பதற்காகக் குனியப் போனாள் தங்கலட்சுமி.

"கொஞ்சம் பொறும்மா! இதுல ஏதோ தெய்வ குத்தம் இருக்குதுன்னு தோணுது. எதுக்கும் நீ, அம்மனை விழுந்து கும்பிட்டுக்கிட்டு எடு" என்றார் குருக்கள்.

ரவீந்திரனுக்கும் அதுதான் சரி என்று தோன்றியது.

அப்படியே நெடுஞ்சாண்கிடையாக விழுந்து மண்டைக்காட்டம்மனைக் கும்பிட்டாள்.

கோயிலுக்கு முன்னால் இருந்த விபூதியை எடுத்துவந்து தங்கலட்சுமியின் தலையில் போட்டுவிட்டு கையிலும் கொடுத்தார் குருக்கள். அதைப் பயபக்தியுடன் தனது நெற்றியில் பூசிக்கொண்டாள்.

தாலியை எடுத்து, தங்கலட்சுமியின் கையில் கொடுத்தார் குருக்கள். அதை உடனே தனது கழுத்தில் போட்டுக்கொண்டாள் தங்கலட்சுமி. "நல்லா இரு" என்றபடி தலையில் விபூதியைப் போட்டார்.

தாலியை அணிந்துகொண்ட தங்கலட்சுமி, தனது சேலையால் கழுத்தோடு சேர்த்துப் போர்த்திக்கொண்டு கோயிலுக்கு முன்னால் வந்தாள்.

மணி ஐந்து இருக்கும். தங்கலட்சுமி உட்பட எல்லோரும் தூங்கிக்கொண்டிருந்தார்கள்.

இரவு இரண்டு மணி வரை தூங்காமல் இருந்த குருக்கள் ஐந்து மணிக்கெல்லாம் குளித்துமுடித்து, பூஜைக்காக வந்துவிட்டார்.

அப்போது,

நாகர்கோவிலிலிருந்து மண்டைக்காட்டுக்கு வந்த முதல் பஸ்ஸிலிருந்து ஒருவர் இறங்கி ஓடிவந்தார்.

ஞானசுந்தரத்தின் அக்கா கணவர் தங்கையாதான் அவர். வேகமாக வந்த அவர், குருக்களைப் பார்த்து"வள்ளியூர்ல இருந்து தங்கலட்சுமின்னு ஒரு அம்மா இங்க கோயிலுக்கு வந்திருக்காங்க. அவங்க புருஷனுக்கு ஆக்சிடென்ட். கோட்டாறு ஆஸ்பத்திரியில வச்சிருக்காங்க. கொஞ்சம் மைக்ல சொல்லச் சொல்லுங்க" என்று பதட்டமாகச் சொன்னார்.

தங்கலட்சுமி என்று சொன்னதுமே குருக்களுக்கு வந்திருப்பவர் யாரைத் தேடி வந்திருக்கிறார் என்பது புரிந்துவிட்டது. இரவில் தாலி அறுபட்டதற்கும் ஞானசுந்தரம் ஆக்சிடெண்டில் மாட்டியதற்கும் உள்ள தொடர்பு குருக்களுக்குப் புரிந்தது.

✵

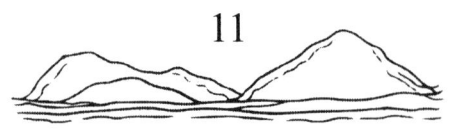

11

திருநெல்வேலியில் ஐந்து மணிக்கு ஆபீஸ் விட்டதும் நேரே வள்ளியூருக்கு வந்தார் ஞானசுந்தரம்.

நாகர்கோவிலிலிருந்து மண்டைக்காட்டுக்கு பஸ் கிடைப்பது கஷ்டம். பஸ்ஸில் மண்டைக்காட்டுக் கூட்டம் அதிகமாக இருக்கும் என்பதால் வீட்டிலிருந்து புல்லட்டை எடுத்துக்கொண்டு புறப்பட்டார்.

பத்து வருடங்களுக்கு முன்பு...

ஞானசுந்தரத்துக்குக் கல்யாணம் ஆன புதிது. அவருக்கு டைஃபாய்டு காய்ச்சல். பிழைப்பது கஷ்டம் என்று டாக்டர்கள் சொல்லிவிட்டார்கள்.

"என் புருஷனுக்கு உடம்பு நல்லாயிடுச்சுன்னா மண்டைக்காட்டாம்மா... ஒன் கோயிலுக்கு வந்து கை, கால், தலை எல்லாம் வாங்கிப் போடுறோம்" என்று வேண்டிக்கொண்டாள் தங்கலட்சுமி.

ஆச்சரியப்படும்படியாக ஞானசுந்தரத்துக்கு நோய் குணமாகிவிட்டது. அது மார்கழி மாதம் என்பதால் 'வருகிற மாசி மாதம் மண்டைக்காட்டுக்குப் போகலாம்' என்று முடிவெடுத்துக்கொண்டார்கள்.

குறிப்பிட்ட அந்த மாதத்தில் அவர்களால் போக முடியவில்லை. தங்கலட்சுமியின் தங்கச்சிக்குக் கல்யாண ஏற்பாடுகள் நடந்ததால் போகமுடியவில்லை.

அதன்பிறகு ஆண்டுகள் உருண்டோடிவிட்டன. பத்து ஆண்டுகள் கழிந்துவிட்டன.

'இந்த ஆண்டு எப்படியாவது மண்டைக்காட்டுக்குப் போய்விட வேண்டும்' என்று முடிவு செய்தார்கள். ஆனால் ஞானசுந்தரத்துக்கு ஆபீசில் லீவு கிடைக்கவில்லை.

ஆறாம் கொடைக்குப் போவதுதான் விசேஷம் என்பதால் வெள்ளிக்கிழமையே போக வேண்டும் என்று திட்டமிட்டார்கள்.

காலையிலேயே தங்கலட்சுமியையும் குழந்தைகளையும் மண்டைக்காட்டுக்கு அனுப்பிவிட்டார் ஞானசுந்தரம். ஆபீசிலிருந்து வீட்டுக்கு வருவதற்கே மணி எட்டாகிவிட்டது.

சாப்பிட்டுவிட்டுப் புறப்படலாம் என்று சாப்பிட்டு முடித்துப் புறப்படுவதற்கு மணி பத்தாகிவிட்டது.

பணகுடிக்கு வரும்போது மணி பதினொன்று. தெரிந்த கடை ஒன்றில் பேசிவிட்டுக் கிளம்பினார்.

காவல்கிணறில் ரோட்டை அடைத்துக்கொண்டு பஸ்களும், லாரிகளும் நின்றன. கன்னியாகுமரிக்குப் பிரிந்து செல்லும் ரோட்டில், ரோடு வேலை நடந்துகொண்டிருந்தது.

அதனால் ஒருமணிநேரம் காவல்கிணற்றிலேயே காத்து நிற்க வேண்டியதாகிவிட்டது.

மணி பன்னிரண்டு.

இனி எப்படித்தான் போனாலும் இரண்டு மணியாகிவிடும். பிள்ளைகளும் தங்கலட்சுமியும் பாதுகாப்பாகப் பக்கத்து வீட்டுக்காரர்களுடன் போனதால் அவர்களைப் பற்றிக் கவலைப்படத் தேவையில்லை. நேரே கோட்டாறில் இருக்கும் அக்கா வீட்டுக்குப் போகலாம் என்று சிந்தித்தபடி காவல் கிணற்றிலிருந்து புறப்பட்டார்.

ஆரல்வாய்மொழியைத் தாண்டி அவர் ஒழுகினசேரிப் பக்கம் வந்துவிட்டார்.

ஒழுகினசேரிப் பாலத்தைத் தாண்டியவுடன் மண்டைக்காட்டுக்குப் போவது என்றால் வலப்பக்கம் திரும்ப வேண்டும். கோட்டாறுக்குப் போவது என்றால் இடப்பக்கம் லேசாகத் திரும்பி நேராகப் போகவேண்டும்.

இடப்பக்கம் திரும்புவதா வலப்பக்கம் திரும்புவதா என்று அவரது மனம் ஊசலாடிய அந்த நொடியில் மார்த்தாண்டத்திற்குப் போகும் திருவள்ளுவர் பஸ் ஞானசுந்தரம் போய்க்கொண்டிருந்த புல்லட்டில் மோதியது.

என்ன நடந்தது என்று புரிவதற்குள் புல்லட்டுடன் அவர் தூக்கி வீசப்பட்டார். ஆற்றுக்குள் விழுந்திருந்தால் அவ்வளவுதான். நல்ல வேளையாக ரோட்டு ஓரத்தில் விழுந்தார்.

ஞானசுந்தரம் மயங்கவில்லை என்றாலும் அவரால் உடம்பை அசைக்க முடியவில்லை. கடைகளில் நின்றவர்கள் ஓடி வந்து ஒரு டாக்ஸியைப் பிடித்து அரசு மருத்துவமனைக்கு அனுப்பி வைத்தார்கள்.

அங்கிருந்து ஒரு கிலோ மீட்டருக்குள்தான் ஆஸ்பத்திரி இருந்தது.

ஆஸ்பத்திரியில் டியூட்டி டாக்டர் மட்டும்தான் இருந்தார்.

ஆக்ஸிடெண்ட் கேஸ் என்றதால் உடனே அட்மிட் செய்துகொண்டார். அவசரமாக ஞானசுந்தரத்தை செக் பண்ணிப் பார்த்தார். கால் வீங்கியிருப்பதைப் பார்த்ததால் ஃபிராக்சர் என்று டாக்டருக்குப் புரிந்தது.

மயக்க ஊசி ஒன்றைப் போட்டுத் தூங்கச் செய்தார். இப்போதைக்கு அவரால் அதுதான் செய்ய முடியும். நாளைக்குக் காலையில் வேறு டாக்டர் வந்து பார்த்தால் மாவுகட்டுப் போடுவதா அல்லது பாளையங்கோட்டைக்கு அனுப்புவதா என்று முடிவு செய்ய முடியும்.

ஞானசுந்தரம் வீட்டிலிருந்து புறப்படும்போதே கோட்டாறில் உள்ள அவரது அக்கா செல்லம்மாளுக்குப் போன் செய்திருந்தார். ஞானசுந்தரம் வருவார், வருவார் என்று செல்லம்மாளும் அவரது கணவர் தங்கையாவும் காத்துக்கொண்டிருந்தார்கள். அவர்களின் பக்கத்து வீட்டுக்காரர் செல்லத்துரை வந்து ஞானசுந்தரம் ஆக்சிடென்டில் மாட்டிய செய்தியைச் சொன்னதும் அதிர்ந்துபோனார்கள்.

தங்கலட்சுமியும் குழந்தைகளும் காலையிலேயே மண்டைக்காட்டுக்குப் போனது அவர்களுக்குத் தெரியும். உடனே மண்டைக்காட்டுக்குப் புறப்படப்போனார் தங்கையா. "இப்போ பஸ் இருக்காது. திருவிழா சமயங்கறதால காலையில மூணு மணிக்கே பஸ் போகும். அதுல போகலாம்" என்றார் செல்லம்மாள்.

தங்கையாவுக்கும் அதுதான் சரி என்று தோன்றியது. மண்டைக்காட்டுக்குக் காலையில் போகலாம் என்று முடிவெடுத்த அடுத்த நொடியே இருவரும் ஆஸ்பத்திரிக்குப் புறப்பட்டார்கள்.

அந்த ராத்திரி நேரத்தில் நோயாளியைப் பார்க்க அனுமதிக்க முடியாது என்று சொல்லிவிட்டார்கள். மூன்று மணிவரை ஆஸ்பத்திரி வாசலிலேயே காத்திருந்தார்கள் செல்லம்மாளும் தங்கையாவும். மூன்று மணிக்கு மண்டைக்காட்டுக்குப் புறப்பட்டார் தங்கையா.

ஞானசுந்தரம் ஆக்சிடெண்டில் மாட்டியதை மண்டைக்காட்டுக்குப் போன உடன் தங்கலட்சுமியிடம் சொல்லவில்லை என்றாலும் அதிகாலையில் தங்கையா வந்திருப்பதைப் பார்த்ததுமே அவள் பதறிப்போய்விட்டாள். ராத்திரியே வந்துவிடுவேன் என்று சொல்லியிருந்த ஞானசுந்தரமும் வராததால் அவளுடைய பதற்றம் அதிகமாக இருந்தது.

"என்னண்ணே ஆச்சு? சொல்லுங்கண்ணே..." என்றாள்.

"ஒண்ணும் இல்லம்மா, ஒங்க மயினிக்கு ஒடம்பு சரியில்லை. அதுதான் ஒன்னையும் கொழந்தையையும் கூட்டிட்டுப் போகலாம்னு வந்தேன்" என்று தங்கையா சொன்னதைத் தங்கலட்சுமி நம்பவில்லை.

கோயிலுக்கு வந்த இடத்தில் அதற்குமேல் 'என்ன ஏது?' என்று கேட்டுக்கொண்டிருக்க முடியாது எனத் தோன்றியதால் உடனே குழந்தைகளை எழுப்பிக்கொண்டு புறப்பட்டுவிட்டாள்.

ஏழு மணிக்கு அவர்கள் ஆஸ்பத்திரிக்கு வந்துவிட்டார்கள். ஆஸ்பத்திரிக்குள் நுழையும்போதுதான் ஞானசுந்தரத்துக்கு ஆக்சிடெண்ட் என்ற செய்தியைச் சொன்னார் தங்கையா.

"அண்ணே, குடிகெட்டுப் போச்சுண்ணே! நேத்து ராத்திரி தாலி அத்து விழும்போதே இந்தப் பாவி மட்டைக்கி இது தோணாம போயிடுச்சே!?" என்று அலறியபடி உள்ளே ஓடினாள். குழந்தைகளும் அழுதுகொண்டு அவளுக்குப் பின்னால் ஓடினார்கள்.

"ஒண்ணும் இல்லை மயினி, கால்ல லேசா அடி. எல்லாம் சரியாப் போயிடும்னு டாக்டர் சொன்னாரு" என்றபடி கைத்தாங்கலாக அழைத்துப்போனாள் செல்லம்மாள்.

"பத்து வருஷத்துக்கு முன்னால உள்ள கணக்கை தீத்துப்புட்டா மண்டைக்காட்டா! அவகிட்ட நான் வெளையாடியிருக்கப்புடாது" என்று தலையோடு அடித்துக்கொண்டு அழுதாள் தங்கலட்சுமி.

"மண்டைக்காட்டம்மை மனசு வச்சதாலத்தான் இந்த மட்டோட போச்சுன்னு நெனைச்சுக்கிடுங்க மயினி. இல்லைன்னா ஒண்ணுகெடக்க ஒண்ணு ஆயிருக்கும்" என்று செல்லம்மாள் சொன்ன பிறகுதான் ஓரளவு அமைதியானாள் தங்கலட்சுமி.

மண்டைக்காட்டு அம்மன் கோயில் இருந்த திசை நோக்கிக் கும்பிட்டாள்.

"அம்மா, எங்களை மன்னிச்சிடு அம்மா... தெரியாம தப்புப் பண்ணிட்டோம். மாப்புத் தந்திரு அம்மா..." என்றபடி ஞானசுந்தரத்தின் அருகில் போனாள்.

ஞானசுந்தரத்தின் கால் வீங்கியிருந்தது. ஆர்தோ ஸ்பெஷலிஸ்ட் அப்போதுதான் வந்திருந்தார். "மாவுக்கட்டுப் போட்டால் சரியாயிடும்" என்று தைரியம் சொல்லிவிட்டு அவர் புறப்பட்டார்.

❋

12

விக்டோரியாவுக்கு ஒரே தலைவலி. காலையிலிருந்தே வீட்டைவிட்டு வெளியே போகவில்லை. மீன் பிடித்துவிட்டு வந்தான் ஜான்.

சாதாரணமாக எப்போதும் விக்டோரியா இப்படிப் பகலில் படுக்க மாட்டாள் என்பது ஜானுக்குத் தெரியும்.

"என்ன மொவளே செய்யுது?" என்று பரிவோடு கேட்டான்.

"ஒண்ணும் இல்லைப்பா, லேசா மண்டைக்குத்துவு. சரியாப் போயிடும். பானைக்குள்ள சோறு இருக்கு. எடுத்து வச்சிச் சாப்பிடுங்க" என்றாள் விக்டோரியா.

"சாப்பிடுறது கெடக்கட்டும். நீ வா மொவளே. ஆஸ்பத்திரிக்குப் போவோம்."

"அதெல்லாம் வேண்டாம்பா. கொஞ்சநேரம் ஒறங்கினா சரியாப் போயிடும்."

"அப்ப ஒறங்கு மொவளே" என்று சொன்னபடி வெளியே வந்தான் ஜான்.

அப்படியே சுருண்டு படுத்துக்கொண்டாள் விக்டோரியா.

'ரெண்டு, மூணு மணிக்கெல்லாம், இந்தச் சனியன் புடிச்ச தலைவலி நிக்கணுமே. அப்பதான் மீன் எடுத்துட்டு, தாமரைக்குளத்துக்குப் போக முடியும்' என்று நினைத்த அவளது வாய் "யேசுவே" என்று முணுமுணுத்தது.

துன்பம் வரும்போதுதான் மனிதன் கடவுளை நினைக்கிறான். இப்போதெல்லாம் சர்ச்சுக்குப் போவதைக்கூட, குறைத்துக்கொண்டாள் விக்டோரியா. ஞாயிற்றுக்கிழமை மட்டும் 'கடனே' என்று போகிறாள்.

எப்போதும் ஏதோ ஓர் உலகில் மிதப்பது போலவே உணர்கிறாள். வெளியிலும் யாருடனும் பேசுவதில்லை. அவளது உலகமே விக்டர்தான் என்ற நிலைக்கு வந்துவிட்டாள். விக்டர் இல்லாத வாழ்க்கையை அவளால் நினைக்கவே முடியாது.

நெற்றியில் கையை வைத்து அழுத்தித் தேய்த்தாள் விக்டோரியா. தலைவலி கொஞ்சம் மட்டுப்பட்டதுபோல் இருந்தது.

அப்படியே தூங்கிவிட்டாள்.

கனவில் என்னென்னவோ தோன்றின.

எங்கேயோ வெளியூரில் இருப்பதுபோல உணர்ந்தாள். அந்த ஊரிலேயே பெரிய வீடு அவளது வீடுதான். அந்த வீட்டில் எதற்கெடுத்தாலும் வேலைக்காரர்கள் இருந்தார்கள். ஆனால், விக்டோரியாவுக்கு அதிலெல்லாம் திருப்தி இல்லை, இருந்தே ஆக வேண்டிய ஒன்று இல்லாத பெருங்குறை அவளை வாட்டி வதைத்தது.

திடீரென்று வீட்டுக்கூரை மேல் நிற்பதுபோல் உணர்ந்தாள். கைகளை வேகமாக வீசினாள். அவளது உடல் ஆகாயத்தில் பறந்தது. வெள்ளை ஆடை உடுத்தியபடி பறந்துகொண்டிருந்தாள். சர்ச் அருகில் போகும்போது அதில் மோதிவிடாமலிருக்க, கையை வேகமாக அசைத்தாள். அப்படியே மேலே மேலே பறந்த விக்டோரியா, ஊசிக்கோபுரத்தின் மேலே பறந்தாள். பறப்பது அவளது கட்டுப்பாட்டைவிட்டு விலகியதாகத் தோன்றியது. காற்றின் போக்கிற்கு ஏற்ப அவள் பறந்தாள்.

அவளது உடல் அப்படியே திரும்பியது. கடற்கரையைத் தாண்டி, கடலை நோக்கிப் பறந்தாள். கடலின் ஆழமான பகுதியின் மேல் பறந்துகொண்டிருந்தாள். எப்படித் திரும்பிப்போவது என்று தோன்றவில்லை. ஒரு வேளை பறக்க முடியாமல் கீழே விழுந்தால்? அய்யோ நடுக்கடலில் அல்லவா விழவேண்டும்!

பயத்துடன் கீழே பார்த்தாள். நல்ல வேளையாகக் கட்டுமரத்தில் ஜான் இருப்பதைப் பார்த்தாள். 'அப்பா இருப்பதால் பிழைத்தோம்' என்று நினைக்கும்போது அவளுக்குத் தூக்கம் கலைந்தது.

எழுந்து பார்த்தாள். மணி ஐந்துக்கு மேல் ஆகியிருந்தது. 'அய்யோ! இனி மீன் கடைக்குப் போக முடியாதே!' என்று நினைத்தாள். மனத்தின் கவலை பெருங்கவலையாக இருந்தது. ஆனால், தலைவலி அவளை விட்டுப் போயிருந்தது.

வீட்டின் இன்னொரு மூலையில் சோகமாக உட்கார்ந்திருந்தான் ஜான். விக்டோரியா எழுந்ததைப் பார்த்ததும் அருகில் வந்தான்.

"இப்ப ஒடம்பு எப்பிடி மொவளே இருக்கு. மண்டைக்குத்துப் போயிடுச்சா?" என்று கேட்டான்.

"எல்லாஞ் சரியா போச்சுப்பா, மீன் விக்கப் போக முடியாது போல இருக்குப்பா" என்று சொல்லும்போது அவளது கண்களில் கண்ணீர் நிறைந்தது.

"சவத்தை விட்டுத்தள்ளு மொவளே. நீ எனக்க அம்மை இல்லியா. நீ, மீன் வித்துக் தர்ற காசிலதான் மொவளே நான் சாப்பிடுறேன். எனக்கு அம்மை நூறு வயசு நல்ல இருக்கணும். சேசு, மரி, சூசே... தாயில்லா இந்தப் பிள்ளையை நீங்கதான் காப்பாத்தணும்" என்று சிலுவைக்குறி வரைந்தான் ஜான்.

"சாப்பிட்டீயளா அப்பா?" என்று கேட்டாள்.

"இல்லை மொவளே. நான் சாப்பிடறது இருக்கட்டும். நீ எழுந்திருச்சிச் சாப்பிடு அம்மையோ" என்றான் ஜான்.

ஜான் இன்னும் சாப்பிடவில்லை என்று தெரிந்ததும் பதறிப்போனாள் விக்டோரியா.

"எடுத்து வச்சிச் சாப்பிட்டிருக்க வேண்டியதுதானே" இந்த வயசுல இப்பிடி வயத்தைக் காயப்போட்டா ஒடம்பு என்னத்துக்கு ஆகும்" என்ற விக்டோரியா எழுந்துவந்து ஒரு பெரிய வட்டிலில் சோற்றைப்போட்டுக் கொடுத்தாள்.

"நீயும் சாப்பிடு மொவளே. அப்பதான் நான் சாப்பிடுவேன்" என்றபடி சாப்பிடாமல் இருந்தான் ஜான்.

விக்டோரியா தனக்கும் ஒரு தாலத்தில் சாப்பாடு போட்டாள். உறியில் சுட்டுவைத்திருந்த இரண்டு கருவாட்டுத்துண்டங்களை எடுத்தாள். ஒன்றை ஜானிடம் கொடுத்துவிட்டு, இன்னொன்றுடன் சாப்பிட அமர்ந்தாள்.

சாப்பிட்டு முடித்ததும் தலையைச் சொறிந்துகொண்டு நின்றான் ஜான்.

“என்னப்பா?” என்று கேட்டாள் விக்டோரியா.

“ஒண்ணும் இல்லை மொவளே. காட்டுவெளை வரை போணும். மத்த நாள்ன்னா நீ வீட்டில இருக்க மாட்டே, மீன் கடைக்குப் போயிடுவே. நான் என் பாட்டுக்குப் போயிடுவேன். இன்னைக்கு நீ வீட்டில...” என்று இழுத்தான்.

“நான் இருந்தா என்னப்பா, நீங்க போயிட்டு வாங்க. ஆனா, குடிக்கிறது நல்லது இல்லப்பா. நீங்க இல்லைன்னா... நான் எப்பிடிப்பா?” என்ற விக்டோரியா தலையைக் குனிந்து நின்றாள்.

“கள்ளுப்பயினி குடிக்கிறது ஒடம்புக்கு நல்லது மொவளே. ஒனக்க அப்பன் ஒடம்புக்கு ஒண்ணும் வராது. எனக்க அம்மை நீ இருக்கறப்போ எனக்கு என்ன கவலை” என்ற ஜான் வெளியே போனான்.

மீன் ஏலம் எடுக்க, கடற்கரைக்கு விக்டோரியா போகாததால், பெஞ்சமின் நேரே வீட்டுக்கு வந்துவிட்டான்.

“ஏ... என்ன மீனு விக்கப் போகல்லியா?” என்று கேட்டான் பெஞ்சமின்.

விக்டோரியா பதில் சொல்லாமல் நின்றாள்.

“என்னா, சும்மா அப்படியே நிக்குறாவு? ஒடம்பு கெடம்பு சரியில்லையா?” என்று பெஞ்சமினே மீண்டும் கேட்டான்.

“நான் மீன் வாங்க வரல்லைன்னா ஒனக்கென்ன? மீன் விக்கப் போகல்லைன்னா ஒனக்கென்ன?” வெடுக்கென்று பதில் சொன்னாள் விக்டோரியா.

“ஒண்ணும் இல்லை, ஒரு பாசத்துல கேட்டேன்”

"ஒனக்க பாசத்தை வேற எங்கேயாவது போய்க் காட்டு. இங்க யாரும் பாசத்துக்கு ஏங்கிக் கெடக்கல்லை" என்ற விக்டோரியா வீட்டுக்குள் போய்விட்டாள்.

பெஞ்சமினும் அப்படியே கடற்கரையை நோக்கி நடந்தான்.

வீட்டுக்குள் போன விக்டோரியாவின் மனத்தை அவளால் அடக்க முடியவில்லை.

மீன்கடைக்குத் தன்னைத் தேடிவரும் விக்டரின் நினைப்பே அவளுக்கு வந்துகொண்டிருந்தது. தோல் வியாபாரத்துக்கான ஏற்பாடு செய்துகொண்டிருக்கும் இந்த நேரத்தில் தன்னைக் காணவில்லை என்றால் தவித்துப்போவான் என்பது அவளுக்குப் புரிந்தது.

அவளால் இருக்க முடியவில்லை. தலையை ஒதுக்கிக் கட்டிக்கொண்டாள். சேலையைச் சரி செய்துகொண்டு குடிசைக்கு வெளியே வந்தாள்.

※

13

நான்கு மணிக்கே அந்திக் கடைக்கு வந்துவிட்டான் விக்டர். அந்திக் கடையில் விக்டோரியா இல்லாததால் ஆற்றங்கரைக்கு மெதுவாக நடந்தான். கண்ணுக்கு எட்டிய தூரம்வரை விக்டோரியா வரவில்லை. அப்படியே ஆற்றங்கரையில் அமர்ந்தான்.

தோல் வியாபாரத்திற்கான எல்லா ஏற்பாடுகளையும் செய்துவிட்டான். மெயின்ரோட்டில் ஒரு கடை வாடகைக்கு எடுக்கவேண்டும்.

வழுக்கம் பாறைக்குப் பக்கத்தில் கடை இருந்தால் இடலாக்குடிக்கு லோடு எடுத்துப்போவதற்கு வசதியாக இருக்கும்.

காணிமடம், அழகப்பப்புரம், மாடன்பிள்ளை தர்மம் முதலான பகுதிகளில் இருந்து தோல் கொண்டுவருவதற்கும் முகிலன்குடியிருப்பு, தாமரைக்குளம், பூவியூர், அகஸ்தீஸ்வரம் பகுதிகளிலிருந்து தோல் கொண்டுவருவதற்கும் வேறு இடங்களிலிருந்து தோல் கொண்டுவந்து ஸ்டாக் வைப்பதற்கும் வழுக்கம்பாறை மையமாக இருக்கும் என்று நினைத்திருந்தான்.

இந்த விஷயங்களை எல்லாம் விக்டோரியாவிடம் பேசி முடிவு செய்யவேண்டும் என்று எண்ணியிருந்தான்.

ஆற்றங்கரையில் காத்திருந்த அவனுக்குத் திடீரென்று வேறு ஒரு எண்ணம் எழுந்தது. ஒருவேளை வேறு வழியில் அந்திக் கடைக்குப் போயிருப்பாளோ என்று நினைத்தான்.

வேகமாக நடந்து மீண்டும் அந்திக் கடைக்கு வந்தான். விக்டோரியா மீன் விற்கும் இடம் காலியாக இருந்தது.

உடம்புக்குச் சரியில்லையோ என்னமோ! இல்லாவிட்டால் நிச்சயம் வந்துவிடுவாள். மீன் கிடைக்கவில்லை என்றால்கூட அவனைப் பார்ப்பதற்காகவாவது வந்துவிடுவாள்.

'உடம்புதான் சரியில்லாமல் இருக்கும்' என்ற முடிவுக்கு வந்த விக்டர் நேரே மணக்குடியை நோக்கி நடந்தான்.

'இந்தச் சாயங்கால வேளையில் மணக்குடியில் போய் விக்டோரியாவிடம் பேசுவதை யாராவது பார்த்துவிட்டால்...' என்ற பயம் அவனது மனத்தில் புகைந்துகொண்டிருந்தது.

அந்த பயப்புகையையும் தாண்டி 'விக்டோரியாவைப் பார்த்துவிட வேண்டும்' என்ற எண்ணம் தீயாய் எரிந்தது.

ஆற்றங்கரையைத் தாண்டி, கோட்டை ரோட்டுக்கு வந்துவிட்டான். கோட்டை ரோடு வழியாக நேரே நடந்தால் கடற்கரைக்குப் போய்விடலாம். கடற்கரையிலிருந்து மேற்கே திரும்பி நடந்தால் மணக்குடி வந்துவிடும்.

இவ்வளவு தூரமும் நடந்துபோக வேண்டுமென்றால் அரைமணி நேரம் ஆகும். ஆனால், பதினைந்து நிமிடத்தில் கடற்கரையிலிருந்தான் விக்டர்.

மேற்கே திரும்பி நடக்கும்போது தொலைவில் விக்டோரியா வருவதைப் பார்த்தான்.

இன்னும் வேகமாக அருகில் போனான் விக்டர்.

அவளது முகத்தில் சோர்வைப் பார்த்ததும், "என்ன விக்கு, என்ன ஆச்சு? ஏன் இன்னைக்கு வரல்லை?" என்று கேள்விக் கணைகளை அடுக்கினான்.

விக்டரைப் பார்த்ததும் அவளது சோர்வெல்லாம் பறந்ததுபோல் இருந்தது.

"ஒறங்கிப்போய்ட்டேன். மீன் ஏலம் எடுக்கப்போகல்லை. வீட்டில சும்மா இருக்கப் பிடிக்கல்லை. அதுதான் அப்பிடியே பொறப்பட்டு வர்றேன்."

"ஒறங்கிட்டியா? ஒடம்புக்கு என்ன செய்யுது" என்று நெற்றியில் கைவைத்துப் பார்த்தான் விக்டர்.

நெற்றி லேசாகச் சுட்டது.

"மண்டைக் குத்தா இருந்தது. அதுதான் அப்பிடியே படுத்துட்டேன்."

"இப்ப எப்பிடி இருக்கு?" என்று கேட்டபடி மீண்டும் தொட்டுப் பார்த்தான்.

"எல்லாஞ் சரியாப் போயிடுச்சு. நீங்க ஏன் இங்க வந்தீங்க?"

"நீ அந்திக் கடைக்கு வரல்லை. ரொம்ப நேரமா காத்திருந்தேன். என்னமோ ஏதோன்னு ஓடி வாறேன்..."

"நீங்க பயப்படுவீங்கன்னுதான் நானும் நடந்து வந்துகிட்டிருந்தேன். அதுக்குள்ள இங்கேயே வந்துட்டீங்க..." என்ற விக்டோரியா அவனைக் கோட்டைப் பக்கத்தில் அழைத்துப்போனாள்.

மணக்குடி ஊர் எல்லையில் கடற்கரையில் இருப்பதுதான் கோட்டை என்பது. வெங்கலராஜன் என்னும் மன்னன் கட்டிய கோட்டை அது. அந்தக் கோட்டை இப்போது இடிந்துபோய்க் கிடந்தது. அதன் இடிபாடுகளுக்கு இடையே யாரும் போகமாட்டார்கள். சாயங்கால வேளை என்றால் இன்னும் பயப்படுவார்கள்.

ஒவ்வொரு சாயங்காலமும் கடற்கரையில் இருக்கும் அந்த இடிந்த கோட்டைக்கு வெங்கலராஜனின் ஆவி வரும் என்று அவர்கள் நம்பினார்கள்.

சாயங்காலத்திலிருந்து நடுச்சாமம் வரைக்கும் அங்கே கும்மாளச்சத்தம் கேட்கும் என்று பலர் சொல்லியிருக்கிறார்கள்.

விக்டோரியாவுக்கு இந்தப் பேய், பிசாசு, ஆவி இதிலெல்லாம் நம்பிக்கைக் கிடையாது. மணக்குடியில் உள்ள பள்ளிக்கூடத்தில் ஐந்தாவது வரைதான் அவள் படித்திருக்கிறாள். வாழ்க்கையில் அவள் பட்ட கஷ்டங்கள் அவளுக்கு வாழ்க்கையைச் சொல்லிக்கொடுத்துவிட்டன.

யாராக இருந்தாலும் ‘பிறந்தவர் ஒருநாள் இறந்துதான் தீரவேண்டும்’ என்ற உண்மை அவளுக்கு இந்தச் சின்ன வயசிலேயே புரிந்துவிட்டது.

இயேசுவைத் தவிர வேறு எதையும் அவள் நம்புவதில்லை. அதனால் கோட்டையில் உலவும் ஆவியைப் பற்றிச் சிந்தித்ததே இல்லை. இந்தச் சாயங்கால வேளையில் விக்டருடன் உட்கார்ந்து பேசுவதற்கு அதுதான் நல்ல இடம் என்று நினைத்தாள். எனவே விக்டரை அழைத்துக்கொண்டு கோட்டைக்குப் போனாள்.

விக்டருக்கு அந்தக் கோட்டையைப் பற்றி முன்பே தெரியும். இலங்கையிலிருந்து வந்த ஒருவர் அங்கே கோட்டைக்கட்டி ஆட்சி செய்தார் என்று கேள்விப்பட்டிருக்கிறான். ஆனால், இதுவரை கோட்டைக்கு வந்தது கிடையாது.

விக்டரின் அப்பா மோசஸ், உயிரோடு இருக்கும்போது ‘கோட்டைக்கட்டி ஆண்ட குடும்பத்தைச் சேர்ந்தவங்க நாம’ என்று அடிக்கடி சொல்வார். அதிலெல்லாம் அவனுக்கு ஆர்வம் கிடையாது. ‘எங்க தாத்தா காலத்தில எங்களுக்கு யானை இருந்தது’ என்று பழம்பெருமை பேசுவதில் அவனுக்கு விருப்பம் இல்லை. இப்ப எப்படி இருக்கிறோம் என்பதை வைத்துத்தான் மரியாதை, கௌரவம் எல்லாம் இருப்பதாக நினைப்பவன் அவன்.

இந்த இறைச்சிக் கடை மட்டும் இல்லையென்றால் இப்போது சாப்பிட முடியாது. அதனால் கோட்டைக்கட்டி வாழ்ந்த குடும்பம் என்று பெருமைப்படுவதைவிட இறைச்சிக்கடை வைத்துப் பிழைக்கும் குடும்பம் என்கிற நிஜத்தையே அவன் பெரிதும் நேசிக்கிறான்.

காலம் முழுவதும் இந்த இறைச்சிக் கடையிலேயே கழிந்துவிடக்கூடாது என்பதில் விக்டர் கவனமாக இருந்தான். இந்தத் தொழிலில் குடும்பம் நடத்தலாமே தவிர, சம்பாதிக்க முடியாது என்பதை உணர்ந்திருந்ததால்தான், அவன் தோல் வியாபாரம் செய்வதற்குத் திட்டம் போட்டான்.

கோட்டைப் பற்றிய எண்ணத்திலிருந்த விக்டரைக் கன்னத்தில் தட்டி, பூமிக்கு இழுத்தாள் விக்டோரியா.

“என்ன..? கனவுல இருக்கிறீயளோ?”

“அதெல்லாம் ஒண்ணுமில்லை. இந்தக் கோட்டையைப் பாத்த ஒடனே எங்க அப்பா சொன்னது ஞாபகம் வந்தது.”

“ஓங்க அப்பா என்ன சொன்னாங்க?”

“கோட்டைக்கட்டி வாழ்ந்த குடும்பம் நம்ம குடும்பம்னு அடிக்கடி சொல்வாங்க”

“ஓ… ராஜ குடும்பத்தைச் சேர்ந்த நீங்க இந்த மீன்காரியைக் கல்யாணம் செய்வீங்களா?” என்று கேலியாகக் கேட்டாள்.

“எனக்க மேல ஒனக்குச் சந்தேகம் வந்திருச்சி இல்லையா. இனி நான் இருக்கமாட்டேன். இப்பவே, இங்கேயே உயிர விடுறேன் பாரு” என்று கோட்டைச்சுவரில் தலையை முட்டுவதுபோல் திரும்பினான் விக்டர்.

அவனைத் தடுத்து அவனது வாயில் கைவைத்துப் பொத்தினாள் விக்டோரியா. அவளது கண்களிலிருந்து கண்ணீர் வடிந்தது.

“நான் சும்மா வெளையாட்டுக்குத்தான் சந்தேகப்பட்டதுபோலக் கேட்டேன். அதை உண்மைன்னு நெனைச்சுக்கிட்டீங்களே? எந்தச் சமயத்திலயும் நீங்க சாகப்போறேன்னு சொல்லக்கூடாது” என்ற விக்டோரியாவின் கண்ணீரைத் துடைத்தான் விக்டர்.

“நானும் சும்மா வெளையாட்டுக்குத்தான் சொன்னேன். அதுக்குப்போயி அழலாமா?” என்றபடி விக்டோரியாவைத் தனது மடிமேல் சாய்த்துக்கொண்டான் விக்டர். அவளும் மறுப்பேதும் சொல்லாமல் சாய்ந்துகொண்டாள்.

“தோலு வைக்கிறத்துக்குக் கடை பாத்திட்டீங்களா?” என்று கேட்டாள் விக்டோரியா.

“அதெல்லாம் பாத்தாச்சு. இப்ப வியாபாரத்தைப் பற்றிப் பேசணுமா?”

“வேற என்னத்தைப் பத்திப் பேசறது?”

“எதுக்குப் பேசணும்?”

“பேசாம என்ன பண்றது?” என்று அப்பாவியாகக் கேட்டாள் விக்டோரியா.

“என்ன பண்றதா? இப்பப் பாரு” என்று அவளை இறுக்கமாக நெருக்கி அணைத்துக்கொண்டான் விக்டர்.

இதை அவள் எதிர்பார்க்காததால் அவளது உடலில் வலி ஏற்பட்டது. ஆனால், அந்த வலியையும் தாண்டி உடல் முழுவதும் ஓடும் ரத்தத்தில் ஒரு வேகமும் இன்பமும் பிறந்தது. அப்படியே நெருக்கமாக இருக்க வேண்டும் என்று மனம் சொன்னாலும், அறிவு அதை ஏற்றுக்கொள்ளவில்லை.

“விடுங்க” என்று சொல்லியபடி திமிறினாள் விக்டோரியா.

அவள் விடுங்க என்று சொன்ன வேகத்தைப் பார்த்ததும் விக்டர் பயந்துவிட்டான். எல்லை மீறிப் போனதால் விக்டோரியாவுக்குக் கோபம் வந்துவிட்டதோ என்ற பயம்தான் அது.

எந்தக் காரணம் கொண்டும் விக்டோரியாவுக்குப் பிடிக்காதது எதையும் செய்யக்கூடாது என்று நினைத்திருந்தான் விக்டர். ‘அவளுக்குப் பிடிக்காத வகையில் நடந்துகொண்டோமே’ என்று வருந்தினான்.

திடீரென்று விக்டரின் முகம் சோர்ந்ததைக் கண்டதும் விக்டோரியாவுக்குப் பயம் வந்துவிட்டது.

“நா... நான் ஒண்ணும் கோபப்படல்லை, நாமளே கொஞ்சம் கட்டுப்பாடா இருந்துக்கணுங்கறதுக்காகத்தான் விடுங்கன்னு சொன்னேன். வேற ஒண்ணும் இல்லை. ஒங்களுக்கு வேணும்னா பிடிச்சிக்குங்க. ஒங்களுக்கு இல்லாம இந்த ஒடம்பு இருந்து எதுக்கு?” என்றபடி கையை நீட்டினாள் விக்டோரியா.

ஆடுகளை வளர்த்து அதைக்கொன்று அதன் இறைச்சியை வியாபாரம் செய்பவன்தான் விக்டர் என்றாலும் அவனது மனம் மென்மையானது. தனக்காக எதையும் இழக்கத் தயாராக இருக்கும் விக்டோரியாவை நினைக்கும்போது அவனுக்குப் பெருமையாக இருந்தது. இந்த உலகத்திலேயே பெரிய அதிர்ஷ்டசாலி அவன்தான் என்று நினைத்துக்கொண்டான்.

அவனால் எதுவும் பேசமுடியவில்லை. ஒரு குழந்தையைப்போல் விக்டோரியாவின் மடியில் படுத்துக்கொண்டான். அவனது தலையில் உள்ள முடிகளைக் கைகளால் கோதிக்கொண்டு அவனையே பார்த்துக்கொண்டிருந்தாள் விக்டோரியா.

மெதுவாக விக்டர்தான் பேசத்தொடங்கினான்.

“வழுக்கம்பாறையில கடை பாத்துட்டேன். மெயின்ரோட்டில இருக்கு. நாலா பக்கமும் இருந்துகொண்டு வாற தோலையெல்லாம் அங்கே ஸ்டாக் வைக்கலாம். இப்பவே கொஞ்சம் தோலை வீட்டில வச்சிருக்கேன். ரெண்டுநாளையில கடையைத் தொறந்துடலாம்.”

“எங்கிட்ட இருக்கற ரூவாய நீங்க வாங்க மாட்டீங்களா?” என்று ஏக்கத்துடன் கேட்டாள் விக்டோரியா.

“எனக்கு நீ, ஒனக்கு நான்னு ஆன பிறகு எனக்க ரூவா, ஒனக்க ரூவான்னு என்ன இருக்கு? எல்லாம் நம்ம ரூவாதான். கடைக்காரரு ஆயிரம் ரூவா அட்வான்ஸ் போதும்னு சொல்லிட்டாரு. அதுனாலதான் ஒங்கிட்ட ரூவா கேக்கல்ல” என்றபடி விக்டோரியாவின் கழுத்தைச் சுற்றிக் கைபோட்டு அவனை நோக்கி வளைத்தான். அதற்கு விக்டோரியா மறுப்பேதும் சொல்லவில்லை.

கொஞ்சநேரம் கழித்த பிறகு அவனது பிடியிலிருந்து தன்னை விடுவித்துக்கொண்ட விக்டோரியா, “கடை தெறக்கிற அன்னைக்கி நானும் வருவேன்” என்றாள்.

“நீ இல்லாம எனக்கு வாழ்க்கையே இல்லைன்னு சொல்றேன். கடை தெறக்கும்போது நீ இல்லாமலா.” என்றான் விக்டர்.

“நான் எப்பிடி வரமுடியும். எங்க அப்பாகிட்ட நான் என்னன்னு சொல்லுவேன்.”

“மெதுவா சமயம் கிடைக்கும்போது நம்ம விஷயத்தைச் சொல்லிடு. ஒங்கப்பா ஒண்ணும் வேண்டாம்னு சொல்லமாட்டாங்க” என்று நம்பிக்கையுடன் விக்டர் சொன்னது அவளுக்குப் பிடித்தது.

"அதை நான் பாத்துக்கிடுறேன்" என்று சொல்லிவிட்டு நிமிர்ந்தாள் விக்டோரியா.

கோட்டைக்கு வெளியே யாரோ நடமாடுவதுபோல் தோன்றியது அவளுக்கு. மடியில் படுத்திருந்த விக்டரைத் தூக்கினாள். அவனும் எழுந்து அமர்ந்தான்.

"வெளியே யாரோ நம்மளைக் கவனிக்கிறாங்கன்னு நெனைக்கிறேன். நீங்க இங்கேயே இருங்க. நான் மட்டும் வெளியே போறேன்" என்ற விக்டோரியா வெளியே வந்தாள்.

அங்கே பெஞ்சமின் நின்றுகொண்டிருந்தான்.

✺

14

ஞானசுந்தரத்தின் காலுக்கு மாவுக்கட்டுப் போட்டுவிட்டார்கள். இன்னும் ஒரு வாரம் ஆஸ்பத்திரியில் இருக்க வேண்டும் என்று சொல்லிவிட்டார் டாக்டர்.

தங்கலட்சுமி ஆஸ்பத்திரியிலேயே இருக்கிறாள். அவளது பிள்ளைகள் கோட்டாறில் செல்லம்மாள் வீட்டில் இருக்கிறார்கள்.

ஞானசுந்தரத்துக்கும் தங்கலட்சுமிக்கும் கோட்டாறிலிருந்து தினமும் சாப்பாடு கொண்டுவந்து கொடுத்து வருகிறார்கள் தங்கையாவும் செல்லம்மாளும்.

“மயினி, ஒங்க தம்பிக்கு ஒடம்பு சரியில்லாம இருக்கும்போது மண்டைக்காட்டு அம்மனுக்கு நேந்துக்கிட்டேன். அதனாலதான் ஒடம்பு சரியாயிடுச்சி. அந்த நேர்ச்சையைச் செய்யாததால்தான் அவியளுக்கு இப்பிடி ஆயிடுச்சு. இன்னைக்கு நீங்க மண்டைக்காட்டுக்குப் போயி கை, கால், தலை எல்லாம் வாங்கிப் போட்டுட்டு வந்திருங்க மயினி. அப்பதான் இவியளுக்குக் கால் சரியாகும்” என்று சொன்னதுடன் ஆறாம் திருவிழா அன்றைக்குத் தாலி காணாமல் போனதையும் கோயிலுக்குப் பின்னால் அது கிடந்ததையும் சொன்னாள்.

“தங்கலட்சுமி, நீ சொல்றதைப் பாத்தா எல்லாமே ஆச்சரியமா இருக்கு. அந்த அம்மனாலதான் ஒனக்க தாலி தப்பியிருக்கு. இல்லைன்னா ஞானசுந்தரத்தை உயிரோட பாத்திருக்க முடியாது” என்று சொன்னாள் செல்லம்மாள்.

அதைக் கேட்ட தங்கலட்சுமி தனது கழுத்தில் கிடந்த தாலியை எடுத்துக் கண்ணில் ஒற்றிக்கொண்டாள்.

"நான் போயி நேர்ச்சையைக் செய்யிறதைவிட நீ போய்ப் பண்றதுதான் நல்லதுன்னு நினைக்கிறேன்"

"இவிய இப்பிடிக் கெடக்கும்போது நான் எப்பிடி மயினி போவ முடியும்?"

"தம்பியை நான் பாத்துக்கிடுறேன். ஒங்க அண்ணனை நீ தொணைக்கிக் கூட்டிட்டுப் போ" என்றாள் செல்லம்மாள்.

தங்கலட்சுமிக்கும் அதுதான் சரி என்று தோன்றியது. எல்லாவற்றையும் கேட்டுக்கொண்டு படுத்திருந்த ஞானசுந்தரம் கையை அசைத்துத் தங்கலட்சுமியை அழைத்தான்.

"நீ நம்ம புள்ளையளையும் கூட்டிட்டு மண்டைக்காட்டுக்குப் போ. அந்த அம்மைக்க தயவு இல்லன்னா நான் பொழைக்க மாட்டேன். நான் சொல்றதைக் கேளு. தட்டாம கேளு..." என்றான்.

கொஞ்சம் மூச்சு எடுத்துக்கொண்டு மீண்டும் சொன்னான். "ஒனக்க கழுத்துக்க கெடக்கிற தாலியைக் கழற்றி அம்மனுக்க உண்டியல்ல போட்டிடு."

"தாலியையா?" என்று பயத்தோடு கேட்டாள் தங்கலட்சுமி.

"ஆமா, தங்கம். அம்மை நெனைச்சா, தாலியை மட்டும் இல்லை எனக்க உயிரையும் சேத்துப் பறிச்சிருப்பா. அவளுக்க அருளாலதான் நான் உயிர் பொழைச்சேன்" என்றான்.

"தம்பி சொல்றபடி செய்திடு" என்றாள் செல்லம்மாள்.

"மயினி, நீங்க சொல்றது சரிதான். தாலியை அம்மனுக்குக் குடுத்துட்டு வேற தாலியை அங்கேயே கெட்டிக்கலாம். ஆனா, அது இப்ப வேண்டாம். இவிய எழுந்திருந்து நடமாடட்டும். எல்லாருமா போய்ப் போட்டிடலாம். இப்ப நேந்துக்குவோம்" என்றாள்.

"ஆமா, மாப்பிள்ளை. தங்கச்சி சொல்றதுதான் சரி. நீங்க குணமான பிறகு தாலியைக் காணிக்கையா போடலாம்" என்றார் தங்கையா.

ஞானசுந்தரமும் ஒத்துக்கொண்டார்.

“இப்பவே நீங்க, கூடப் போய்ட்டு வாங்க. நேர்ச்சையை மட்டும் செய்திட்டு வந்திடுங்க” என்றாள் செல்லம்மாள்.

“நல்லா பாத்துக்கிடுங்க மயினி. நாங்க சீக்கிரம் வந்திடுவோம்” என்று சொல்லிவிட்டு, தங்கலட்சுமி மண்டைக்காட்டுக்குப் புறப்பட்டாள். அவளுடன் குழந்தைகளும் தங்கையாவும் போனார்கள்.

அன்று திங்கள் கிழமை.

மண்டைக்காட்டுக் கோயிலில் ஒன்பதாம் திருவிழாவுக்கான ஏற்பாடுகள் நடந்துகொண்டிருந்தன.

ஆயிரத்து ஒரு கண்களைக் கொண்ட தீவட்டி, வலம் வரும் நாள் என்பதால் அதைப் பார்ப்பதற்காகவே பலரும் வருவார்கள்.

ஆனால், இதிலெல்லாம் தங்கலட்சுமிக்கு ஆர்வம் இல்லை. கோயிலுக்கு வந்ததும் நேரே கை, கால், தலை எல்லாம் விற்கும் இடத்திற்குப் போனாள். ஒரு செட் கை, கால், தலையை வாங்கிக்கொண்டு வந்தாள்.

மண்டைக்காட்டு அம்மன் கோயில் முன்னால் வந்து, “அம்மா… அவியளுக்குக் கால் எல்லாம் சீக்கிரம் குணமாயிடணும். குணமான ஒடனே ஒனக்க கோயிலுக்கு வந்து தாலியைக் காணிக்கையா போடுறேன்” என்று வேண்டிக்கொண்டபடி கை, கால், தலை எல்லாவற்றையும் வார்ப்புக்குள் போட்டாள்.

மூன்றுமுறை கோயிலைச் சுற்றிவந்து தரையில் விழுந்து கும்பிட்டாள்.

தங்கலட்சுமியைப் பார்த்ததும் குருக்களுக்கு அடையாளம் தெரிந்தது. லேசாகப் புன்னகைத்துக்கொண்டார். திருநீற்றை வாங்கிக்கொண்ட தங்கலட்சுமி பிள்ளைகளின் நெற்றியில் பூசினாள். தனது நெற்றியிலும் பூசிக்கொண்டாள்.

“அண்ணே, கௌம்பலாம்ணே” என்று சொல்லிக்கொண்டு பஸ் ஸ்டாண்டை நோக்கி நடந்தாள்.

வெளியில் அம்மன் பவனி வரும் பல்லக்கைத் தயார் செய்துகொண்டிருந்தார்கள். இன்னொரு பக்கத்தில் ஆயிரம் கண்ணுடைய தீவட்டியில் பந்தம் கட்டிக்கொண்டிருந்தார்கள்.

எட்டரை மணிக்குப் பூஜை முடிந்ததும் உலாவரும் அம்மன் சிலையை எடுத்துப் பல்லக்கில் வைத்தார்கள். ஆயிரம் கண்ணுடைய தீவட்டி கொளுத்தப்பட்டது. அந்தப் பகுதியில் போட்டிருந்த லைட் வெளிச்சத்தையும் தாண்டி தீவட்டி ஒளி வீசியது. எல்லாப் பந்தங்களும் ஒரே நேரத்தில் எரிந்ததைப் பார்ப்பது கண்கொள்ளாக் காட்சியாக இருந்தது. பந்தங்களுக்கு நான்கைந்து பேர் எண்ணெய் ஊற்றிக்கொண்டிருந்தார்கள்.

பல்லக்குக்கு முன்னும் பின்னும் நூற்றுக்கணக்கானோர் நடந்துபோனார்கள்.

செண்டைமேளம் ஒலித்துக்கொண்டிருந்தது. பத்மநாப பிள்ளையும் தங்கநாடாரும் மேலே சட்டையில்லாமல் பல்லக்கின் முன்னால் நடந்துபோய்க் கொண்டிருந்தார்கள்.

ரவீந்திரன் நாயர், சின்னக்குட்டி முதலியோரை அங்கே காணவில்லை.

பல்லக்கு, கோயிலுக்கு முன்னால் கொண்டுவந்து இறக்கி வைக்கப்பட்டது.

கடற்கரையில் சலசலப்பு ஏற்பட்டது. மீனவர்களுக்கும் மற்றவர்களுக்கும் பயங்கரச் சண்டை. இருபக்கத்திலும் பயங்கர ஆயுதங்களுடன் மோதிக்கொண்டார்கள்.

பெரிய ஈட்டியை எடுத்துக்கொண்டு ஓடினான் சின்னக்குட்டி. மீனவர்கள் சுறா முள், வீச்சரிவாளுடன் வந்திருந்தார்கள்.

ஈட்டியுடன் ஓடிய சின்னக்குட்டி, கடற்கரையில் நின்ற ஒருவனைக் குத்திவிட்டு ஓடினான். விலாவில் குத்துப்பட்டவன் அப்படியே மணலில் துடித்துப் புரண்டான். சிறிது நேரத்தில் அவனது துடிப்பு ஓய்ந்தது.

குத்துப்பட்டவன் பெயர் தாமஸ்.

“ஏ... தாமஸை கொன்னுப்புட்டானுவ!” என்று சத்தம் போட்டுக்கொண்டு மீனவர்கள் ஓடினார்கள்.

கடற்கரையில் நின்றுகொண்டிருந்த ரவீந்திரன் நாயர், வடக்குப் பக்கமாக ஓடினார். அங்கேதான் சின்னக்குட்டியும் ஓடினான்.

அவர் ஓடுவதைப் பார்த்ததும் மீனவர்களில் ரெண்டு மூன்று பேர் கையை உயர்த்தி ஏதோ சைகை காட்டினார்கள்.

ஒரு பர்லாங்கு ஓடியிருப்பார் ரவீந்திரன். கட்டுமரத்துக்குப் பின்னாலிருந்து நான்கைந்து பேர் திடீரென்று ஓடிவந்தார்கள். ரவீந்திரன் நாயரின் மேல் ஒருவன் வலையை வீசினான். இன்னொருவன் உருட்டுக்கட்டையால் அடித்தான்.

நாயர் போட்ட அலறல் சத்தம் கடற்கரை முழுவதும் எதிரொலித்தது. அங்கே நின்றவர்கள் எல்லோரும் பயந்து ஓடிவிட்டார்கள்.

அவரை அப்படியே குண்டு கட்டாகக் கட்டி, தூக்கி மரத்தில் போட்டார்கள். உடனே அந்த மரத்தை தள்ளிக்கொண்டு கடலுக்குள் போய்விட்டார்கள்.

அவர்கள் அலை மடக்கைத் தாண்டும்போது கரைக்குப் போலீஸ்காரர்கள் வந்துவிட்டார்கள்.

போலீஸ்காரர்கள் வரும்போது கடற்கரையில் யாரும் இல்லை. பெரிய ஐந்து பேட்டரி டார்ச்லைட் வைத்திருந்தார்கள் போலீஸ்காரர்கள். அந்த டார்ச்சைக் கடலை நோக்கி அடித்தார்கள்.

கட்டுமரத்திலிருந்தவர்கள் போலீஸ் வந்ததைப் பார்த்ததும் அப்படியே படுத்துக்கொண்டார்கள். அலையின் மறைவில் கட்டுமரம் போய்க்கொண்டிருந்ததால் டார்ச்லைட் வெளிச்சத்தில் தெரியவில்லை.

போலீஸ்காரர்கள் திரும்பிப் போய்விட்டார்கள்.

கடற்கரையில் ஓடிய சின்னக்குட்டி நேரே அம்மன் கோயிலுக்குப் பின்பக்கம் போனான். அங்கே நான்கைந்து பேர் நின்றார்கள்.

மற்றவர்கள் எல்லாரும் எங்கேயோ போய்விட்டார்கள். பெண்களும், ஆண்களுமாய் அவரவர் ஊர்களுக்குப் போய்க்கொண்டிருந்தார்கள்.

அம்மன் கோயிலுக்குப் பின்னால் நின்றவர்களின் கூட்டத்தில் ரவீந்திரன் நாயரைக் காணாததால் சின்னக்குட்டியின் மனம் 'திக்... திக்...' என்றது.

மீனவர்களிடம் மாட்டாமல் இருந்தால் நாயர், நிச்சயம் இங்கே வந்திருப்பார். அவர் வராததால் அவருக்கு ஏதோ நடந்துவிட்டது என்று சின்னக்குட்டிக்குத் தோன்றியது.

மற்றவர்களிடம், "நாயரைப் பார்த்தீங்களா?" என்று கேட்டான். அவர்கள் யாருக்கும் தெரியவில்லை. அதை ஒரு விஷயமாகவும் அவர்கள் கருதவில்லை. சின்னக்குட்டிதான் தவித்துப் போனான்.

'நாயருக்கு ஏதாவது ஒண்ணுன்னா' நினைத்துப்பார்க்கவே அவனால் முடியவில்லை.

மண்டைக்காட்டம்மன் கோயிலைச் சுற்றி, போலீஸ் பாதுகாப்புப் போடப்பட்டிருந்தது. சண்டையில் தொடர்புடையவர்களைக் கைது செய்வதற்காக மீனவர்கள் எல்லா இடங்களிலும் சுற்றிக்கொண்டிருந்தார்கள்.

சின்னக்குட்டியைப் பார்த்தால் உடனே அரெஸ்ட் பண்ணிவிடுவார்கள். போலீஸ் பிடியிலிருந்து தப்ப வேண்டும் என்றால் இப்போதைக்கு நாயரை மறந்தால்தான் முடியும். அடுத்த நொடி அங்கிருந்து கிளம்பிவிட்டான் சின்னக்குட்டி.

சின்னக்குட்டி புறப்பட்டுப்போன கொஞ்சநேரத்திற்குள் கோயிலுக்குப் பின்புறம் அவர்கள் நின்றுகொண்டிருந்த இடத்திற்குப் போலீஸ் வந்தது.

எல்லோரும் ஓடினார்கள். அகப்பட்ட ஒன்றிரண்டு பேரைப் போலீஸ் வேனில் ஏற்றிக்கொண்டு போனார்கள்.

மண்டைக்காட்டில் மீனவர்களுக்கும் திருவிழாவிற்கு வந்தவர்களுக்குமாக தொடங்கிய கலவரம் இந்துக்களுக்கும் கிறிஸ்தவர்களுக்குமான கலரவமாய் மாறியது.

❈

15

அடுத்தநாள் காலையில் கடியப்பட்டினம் கடற்கரையில் ஒரு பிணம் ஒதுங்கியது. அதைப் பார்ப்பதற்காகப் பலர் போனார்கள். அந்தக் கூட்டத்தோடு சின்னக்குட்டியும் போயிருந்தான்.

தூரத்திலிருந்து பார்க்கும்போதே அது ரவீந்திரன் நாயர்தான் என்பது அவனுக்குத் தெரிந்துவிட்டது. அவன் செய்த கொலைக்குப் பழியாக ரவீந்திரன் நாயரைக் கொன்றுவிட்டார்கள் என்று அவனுக்குத் தெரிந்தது.

அன்று செவ்வாய்க்கிழமை. மண்டைக்காட்டு அம்மனின் ஒடுக்குத் திருவிழா. கூட்டம் அவ்வளவாக இல்லை. பெரும்பாலும் ஆண்கள் மட்டுமே இருந்தார்கள். பெண்களும், குழந்தைகளும் வீட்டுக்குப் போய்விட்டார்கள்.

ஒடுக்குப் பூஜைக்கான ஏற்பாடுகளைச் செய்து கொண்டிருந்தார் குருக்கள்.

மண்டைக்காட்டில் உள்ள மீனவர்களின் வீடுகளில் பெரும்பாலான வீடுகள், குடிசை வீடுகள்.

இரவு பத்து மணி இருக்கும்.

திடீரென்று மீனவர்களின் வீடுகளில் தீப்பிடித்து எரிந்தது. உடனே அங்கிருந்த தேவாலயத்தில் கூட்ட மணி அடிக்கப்பட்டது. மற்ற வீடுகளிலிருந்து வந்தவர்கள் தங்களால் முடிந்த அளவு குழந்தைகளையும் பெண்களையும் பொருட்களையும் காப்பாற்றினார்கள்.

மேலும் தீ பரவாமல் இருப்பதற்காகப் பக்கத்துக் குடிசைகளில் எல்லாம் தண்ணீரை ஊற்றினர்கள்.

அதற்குள் தீயணைக்கும் படை வந்துவிட்டது. பத்து நிமிடங்களுக்குள் தீ அணைக்கப்பட்டுவிட்டது.

தீ வைத்தவர்களைப் பிடிப்பதில் ஆர்வம் காட்டாமல் தீயை அணைப்பதிலேயே கவனமாக இருந்ததால் உயிர்ச்சேதம் எதுவும் ஏற்படவில்லை.

காலையில் ரவீந்திரன் நாயரின் உடல் கரையில் ஒதுங்கியதால் எந்நேரமும் தாங்கள் தாக்கப்படலாம் என்று எதிர்பார்த்திருந்தார்கள் மீனவர்கள். அவ்வாறு எதிர்பார்த்திருந்ததாலும் சேதங்கள் குறைவாக இருந்தன.

மண்டைக்காட்டில் தீயை அணைத்துக்கொண்டிருக்கும் போதே அருகிலுள்ள கொட்டில் பாட்டிலும், கடியப்பட்டினத்திலும் வீடுகள் தீப்பிடித்து எரிவதாகச் செய்தி வந்தது. தீயணைப்பு வண்டி அங்கே போனது.

இரவு முழுவதும் போலீஸ் வேனுடன் தீயணைப்பு வண்டிகளும் அங்கும் இங்கும் போய்க்கொண்டே இருந்தன.

தங்கநாடாரும் பத்மநாபபிள்ளையும் ஒடுக்குப் பூஜைக்காகக் காத்து நிற்காமல் குடும்பத்துடன் ஊருக்குப் போய்விட்டார்கள்.

மண்டைக்காட்டு அம்மன் கோயில் முக்கியஸ்தர்களில் ஒருவர் ரவீந்திரன் நாயர். அவரே கொலை செய்யப்பட்டதால் தங்கநாடாரும் பத்மநாப பிள்ளையும் ஆடிப்போய்விட்டார்கள். அவர்கள் இருக்க விரும்பினாலும் அவர்களின் குடும்பத்தார் இருக்க விடமாட்டார்கள்.

புத்தளத்துக்குப்போன பிறகுதான் தங்கநாடாருக்கு எல்லா மீனவப்பகுதியிலும் கலவரம் நடப்பது தெரிந்தது.

மணவாளபுரத்துக்காரன் ஒருவனை மேலமணக்குடி மீனவர்கள் பிடித்து வெட்டிக்கொன்றிருக்கிறார்கள். வெட்டிக் கொல்லப்பட்டவனும் கிறிஸ்தவன்தான். ஜோசப் என்பது அவனது பெயர். கிறிஸ்தவர்களுக்கும், இந்துக்களுக்குமாக மாறிய கலவரம்

இப்போது மீனவர்களுக்கும் மற்றவர்களுக்குமான கலவரமாக மாறிவிட்டது.

கிறிஸ்தவர், இந்து என்ற வேறுபாடு இல்லாமல் மணவாளபுரம், கல்லடிவிளை ஊர்க்காரர்கள் எல்லோரும் திரண்டுவிட்டார்கள்.

எல்லோரும் ஒன்று சேர்ந்துவிட்டால் மேலமணக்குடி அழிந்துவிடும் என்பது அவர்களுக்குத் தெரியும். அதனால் முன் எச்சரிக்கையாகப் போலீசை குவித்துவிட்டார்கள்.

கலவரத்தில் ஈடுபடுவார்கள் என்ற சந்தேகத்தில் மணவாளபுரத்திலும் கல்லடிவிளையிலும் நூற்றுக் கணக்கானவர்களைக் கைது செய்துவிட்டார்கள். மேலமணக்குடியிலும் பலர் கைது செய்யப்பட்டார்கள்.

ஜோசப் கொலை செய்யப்பட்டதைத் தொடர்ந்து கலவரம் மூளும் என்று எதிர்பார்த்ததால் அசம்பாவிதம் எதுவும் ஏற்படாமல் தடுக்கப்பட்டுவிட்டது. தொடர்ந்து போலீஸ் பாதுகாப்புப் போடப்பட்டதால் அமைதியாக இருந்ததுபோல் தோன்றியது. ஆனால், நீறுபூத்த நெருப்பாக உள்ளே கனன்று கொண்டுதான் இருந்தது.

கீழமணக்குடியில் உள்ள கோட்டையின் பக்கத்தில் முப்பது நாற்பது பேர் ஒன்று சேர்ந்தார்கள். அவர்களின் கையில் பெரிய வெட்டரிவாளும் கோடரிகளும் இருந்தன.

கோட்டைக்குத் தெற்கே கடல். மேற்கே கீழமணக்குடி ஊர். வடக்குப் பக்கமும் கிழக்குப் பக்கமும் தென்னந்தோப்புகளும் வாழைத்தோப்புகளும் இருந்தன. அந்தத் தோப்புகள் எல்லாம் முகிலன்குடியிருப்பு, கோயில்விளை ஊர்க்காரர்களுக்குச் சொந்தமானவை. இந்த ஊர்களுக்குள் போய்க் கலவரம் செய்ய முடியாது என்பதால் அவர்களின் தோப்புகளை அழிப்பது என்று முடிவு செய்தார்கள். அதற்காகத்தான் அவர்கள் அங்கே கூடி நின்றார்கள்.

கடல் அலை அடிக்கும் சத்தத்தைத் தவிர அந்தப்பகுதியில் வேறு எந்தச் சத்தமும் எழவில்லை. எல்லோரும் அமைதியாக இருந்தார்கள்.

ஊர் அடங்குவதற்கு முன்னால் தோப்பை அழிக்கத் தொடங்கினால் கீழமணக்குடி ஊர்க்காரர்களே வந்து தடுத்து விடுவார்கள். அதனால்தான் இருட்டுவதற்காகக் காத்திருந்தார்கள்.

கோட்டைக்குக் கொஞ்சம் வடக்கே கிழக்கிலும் மேற்கிலும் உள்ள தோப்புகளில் உள்ள வாழைமரங்களை எல்லாம் வெட்டிச் சாய்த்தார்கள்.

குலை தள்ளிய வாழை, குலை தள்ளாத வாழை என்ற பாகுபாடு எதுவும் இல்லாமல் கண்ணில் தெரிந்த எல்லா வாழைகளையும் வெட்டினார்கள்.

காய்க்கும் பக்குவத்தில் இருந்த தென்னைமரங்களை அப்படியே வெட்டினார்கள். தென்னங்குலைகளையும் தேங்காய், இளநீர் என்று பார்க்காமல் வெட்டித்தள்ளினார்கள்.

ஏற்கனவே கள்ளு குடித்ததால் போதையில் இருந்த அவர்கள் இளநீரைக் குடித்ததால் இன்னும் தள்ளாடினார்கள். அப்படியே வடக்குப் பக்கமாக வந்தார்கள். அங்கிருந்து வயலுக்குப் போவதற்குப் பாதை இல்லை.

தடுத்துக்கொண்டிருந்த தாழை மரங்களையும் வேலிகளையும் அழித்தார்கள்.

வயலுக்குள் இறங்கி நாற்றங்கால்களையும் நட்ட வயல்களையும் அழித்தார்கள்.

தெற்குப் பத்தின் மேற்குப் பக்கத்தில் உள்ள வயல்கள் எல்லாம் அழிந்தன.

அப்படியே மேற்காக நடந்து கதம்பல் பாந்துகளுக்கு வந்தார்கள். அழுகிக்கொண்டிருந்த கதம்பல்களை ரோட்டில் எடுத்து வீசினார்கள்.

காய்ந்து கிடந்த தும்புக்குவியல் மீது நெருப்பு வைத்தார்கள். அதில் தீப்பட்ட உடனே பற்றிக்கொண்டது.

'குபுகுபு'வென்று எரிந்த தீ, பக்கத்தில் நின்ற பச்சைத் தென்னைமரங்களில் பரவியது. அருகிலிருந்த தும்புமில்லின் ஓடுகளை அடித்து நொறுக்கினார்கள்.

தும்பு மில்லுக்கும் தீ பரவியதால் பட்டியல் கம்புகள் பற்றி எரிந்தன. அவற்றில் அடிக்கப்பட்டிருந்த ஆணிகள் வெடித்துச் சிதறின.

அந்தக் கும்பலின் வெறி அதோடு தணியவில்லை. அருகிலிருந்த உப்பளத்திற்குப் போனார்கள்.

லோடு ஏற்றுவதற்காக உப்பு மூட்டை அடுக்கி வைக்கப்பட்டிருந்தது. அந்த உப்பு மூட்டைகளை எல்லாம் கிழித்து எறிந்தார்கள்.

வெள்ளை வெளேரென்ற உப்புப் பரல்கள் ரோட்டில் குவிந்தன. உப்பின் மீது நடந்ததால் கால் வலித்தது. அதனால் பல உப்பு மூட்டைகளைப் பக்கத்தில் போன ஓடைக்குள் தூக்கி வீசினார்கள்.

அப்படியே அளத்தம்மன் கோயில் பக்கமாக வந்தார்கள். கோயில் வாசலில் யாரோ நிற்பதுபோல் இருந்தது.

"எவனோ ஒருத்தன் நிக்கிறாம்ல... பொலி போட்டுடலாம்" என்று அவனை நோக்கி ஓடினார்கள்.

அது அளத்தம்மன் கோயில் பூசாரி.

முன்பே அவர்களின் வெறிச்செயலைப் பார்த்துக் கொண்டு நின்றதால் கோயிலுக்குள் போய்க் கதவைப் பூட்டிக்கொண்டார் அவர்.

கையிலிருந்த வெட்டரிவாளால் கதவை வெட்டினார்கள். பக்கத்திலிருந்த பலி பீடத்தை உடைத்தார்கள்.

அதற்குள்ளாகப் பலருக்குப் போதை இறங்கியிருந்தது. உப்பளத்துக்குள் நின்றிருந்த பனைமரங்களில் ஏறினார்கள்.

சுண்ணாம்பு தடவாமல் கள்ளுக்காக வடித்த பயினியைக் கலயத்தோடு இறக்கினார்கள். கள்ளைக் குடித்துவிட்டுக் கலயத்தைப் போட்டு உடைத்தார்கள். ஓலைபோலச் சீவ வேண்டிய பனையின் பாளைகளைக் கண்டந்துண்டமாக வெட்டிப்போட்டார்கள்.

இறங்கிய போதை மீண்டும் ஏறியதால் இன்னும் என்ன செய்வது என்று தெரியாமல் கெட்டவார்த்தைப் போட்டு அந்தப் பகுதியில் வாழ்பவர்களை ஏசினார்கள்.

கள்ளுக்குடித்த வயிறு 'கபகப' என்று எரிந்ததால் பனையில் ஏறி நுங்குகளைக் குலையோடு வெட்டினார்கள். நுங்குக் கண்களைச் சாப்பிட்டுவிட்டு, "இது ...... மாருக்க தலைலே, வெட்டுலே, இன்னும் வெட்டுலே..." என்றபடி ஆகாயத்தில் தூக்கி வீசினார்கள். அது கீழே வரும்போது வெட்டரிவாளால் வெட்டினார்கள்.

ஒரு நுங்கின் மீது கூட வெட்டுப்படவில்லை. எல்லா நுங்கும் அவர்களின் தலையின் மேலே விழுந்தன.

"எந்தப் ...... மொவம்ல எனக்க மேல நுங்கை எறியிறது? நீயாலே? ஏலே... நீயா?" என்று அவர்களுக்குள் சண்டை இழுத்தபடி தள்ளாடித்தள்ளாடி நடந்தார்கள்.

இந்த ஆட்டம் எல்லாம் போட்டவர்கள் கழிக்கரை வழியாக நடந்து பொழி முகத்தங்கரைக்கு வந்தார்கள்.

அவர்களிடம் மண்வெட்டி இல்லை. "லேய்... பொழியை மூடுல. இந்த ...... மாருக்க கதம்பல் பாந்தெல்லாம் தண்ணியில மெதக்கட்டும். மண்ணை வெட்டிச் சரியிலே" என்றார்கள்.

பொழியின் வேகம் அதிகமாக இருந்ததால் அவர்கள் கோடரியால் வெட்டித்தள்ளிய மண்ணையும் இழுத்துக்கொண்டு வெள்ளம் கடலை நோக்கிப்போனது.

வெட்டரிவாளால் மண்ணை வெட்டிச் சாய்த்த ரெண்டு மூன்று பேர் பொழி வெள்ளத்தில் விழுந்தார்கள். அவர்களை வெள்ளம் இழுத்துக்கொண்டு போனது.

அவர்கள் எல்லோருக்கும் நன்றாக நீச்சல் தெரியும். இந்த வெள்ளத்தில் அல்ல இதைவிட வேகம் கூடிய வெள்ளத்தில் விழுந்தாலும் தப்பிவிடுவார்கள்.

போதையில் இருந்ததால் அவர்களால் நீந்த முடியவில்லை. அவர்களை வெள்ளம் கடலுக்குள் இழுத்துப்போனது.

கடலுக்குள் போனவர்களில் ரெண்டு பேரை அலை, கரையில்கொண்டு தள்ளியது. அவர்கள் உளறியபடி எழுந்துவந்து மணல் தேரியில் விழுந்தார்கள்.

மற்றவர்கள் எல்லோரும் சத்தம் போட்டபடி கிழக்குப் பக்கமாக நடந்தார்கள். சர்ச் பக்கமாகப் போகாமல் ரோட்டில் நடந்துபோனார்கள். அவர்கள் குருசடிப் பக்கம் போகும்போது குருசடியின் முன் யாரோ நிற்பதுபோல் தெரிந்தது.

அருகில் போய்ப் பார்த்தார்கள். அங்கே சூசை பாதிரியார் நின்றுகொண்டிருந்தார்.

பாதிரியாரைப் பார்த்ததும் கீழமணக்குடி ஊர்க்காரர்கள் பதுங்கினார்கள்.

மற்றவர்கள் அப்படியே தள்ளாடித்தள்ளாடி நின்றார்கள். அவர்களில் பெரும்பாலோர் வெளியூர்க்காரர்கள் என்பதைப் பாதிரியார் புரிந்துகொண்டார்.

❋

16

காலையில் பத்து மணியிருக்கும்.

முகிலன் குடியிருப்பு ஊரின் நடுவே எல்லோரும் கூடி நின்றார்கள். கோயில்விளை, கிண்ணிக் கண்ணன்விளை, சோட்டப்பணிக்கன் தேரிவிளை, கல்லடித்தோப்பு, தாமரைக்குளத்தைச் சார்ந்தவர்களும் அவர்களுடன் நின்றார்கள்.

நேற்று ராத்திரி நடந்த அட்டூழியத்தில் அவர்கள் பலரின் உடைமைகள் பாதிக்கப்பட்டிருந்தன. இந்த ஊர்க்காரர்கள் எல்லோரும் ஒன்றாகச் சேர்ந்துவிட்டால் கீழமணக்குடி ஊர்க்காரர்கள் ஊரைவிட்டு வெளியே வர முடியாது.

மீன்பிடித்தலைத் தவிர வேறு எந்தத் தொழிலும் தெரியாத அவர்கள், அரிசிக்கும் பருப்புக்கும் இந்த ஊர்க்காரர்களை நம்பித்தான் இருந்தார்கள்.

கீழமணக்குடியின் இருப்பிடம் முழுவதும் கடற்கரை. நாகர்கோவிலிலிருந்து வரும் ரோடு ஈத்தங்காட்டில் தெற்குப்பக்கமாகத் திரும்பி மணக்குடிக்குப் போகிறது. அவ்வாறு போகும் வழியில்தான் சோட்டப்பணிக்கன் தேரிவிளையும், தாமரைக்குளமும் கல்லடித் தோப்பும் இருக்கின்றன.

நாகர்கோவிலிலிருந்து வரும் பஸ் கீழமணக்குடிக்குப் போய்விட்டுத் திரும்பிப் பின்னால் வந்து இடப்பக்கமாகப் போகும். அந்தப் பாதையில் கோயில்விளை, கிண்ணிக் கண்ணன்விளை, முகிலன் குடியிருப்பு ஆகிய ஊர்கள் இருக்கின்றன.

கீழமணக்குடிக்குத் தெற்கே கடல்; மேற்கே பொழி ஓடுகிறது. கிழக்கிலும், வடக்கிலும்தான் ரோடு போகிறது. இந்த ரோட்டு வழியாகத்தான் அவர்கள் போக, வர முடியும்.

நேற்று ராத்திரி இந்த ஊர்க்காரரர்களின் உடைமைகளைத்தான் அவர்கள் அழித்திருந்தார்கள். எல்லா ஊர்க்காரர்களும் இன்று முகிலன் குடியிருப்பில் கூடியிருக்கிறார்கள்.

"அண்ணே! இந்த மீன் காரப்பயலுவளை விடப்புடாது. அப்பிடியே பொறப்படுவோம். ஒண்ணு அந்தப் பயலுவ கடலுக்குள்ளே விழணும் இல்லண்ணா கழிக்குள்ளே விழணும். வாங்க..." என்றான் பண்டாரக்குட்டி.

"ஆமாண்ணே, நாம எல்லோரும் ஒண்ணா நின்னா அந்தப் பயலுவ ஒண்ணையும் ஆட்டிக்க முடியாது" என்றான் குட்டிக்கண்.

பொழி வெட்டும்போது ஏற்பட்ட தகராறில் அவனது முகத்தில் பட்டிருந்த காயம் ஆறிப்போய்க் கறுப்பாக முகத்திலிருந்தது. அந்தக் காயத்தைப் பார்த்தபடியே நின்றார் சின்னத்துரை.

"இப்பிடியே பாத்துக்கிட்டு நின்னா ஒண்ணும் ஆவாது. காரியத்துல எறங்க வேண்டியதுதான்" என்றார் சோட்டப்பணிக்கன் தேரி விளையைச் சேர்ந்த செல்லக்கண்.

"நீரு சொல்றதைப்போல நாம மணக்குடி ஊருக்குள்ள போனா என்ன ஓய் ஆகும்? நாம நூறுபேர் போவோம். அவனுவ ஐந்நூறு பேரு அங்க இருக்கானுவ. வெட்டுப்பட்டு வரவேண்டியதுதான்" என்றார் கோயில்விளைக்காரர் பாலையா.

"அப்ப... அவனுவ நம்ம தோப்பை அழிச்சதை விட்டிடலாங்கிறீரா?" என்றான் பண்டாரக்குட்டி.

"எனக்க தும்பு மில்லும் போச்சு. தும்பும் போச்சு ஓய்..." என்றார் பால்துரை.

"இப்பிடி ஆளுக்காளு அது போச்சு. இது போச்சுன்னு சொன்னா... சொல்லிக்கிட்டிருக்க வேண்டியதுதான்! போலாம் ஓய்! ரெண்டுல ஒண்ணு பாத்துடுவோம்."

“ரெண்டையும் பாக்க முடியாது. ஒண்ணையும் பாக்க முடியாது. இப்பிடிக் கொந்தளிச்சுப் போய் முடிவெடுத்தா எதுவும் நடக்காது. அவனுவ எல்லாரும் அன்னாடங்காச்சிப் பசங்க. எது வேணும்னாலும் நம்மகிட்டத்தான் வரணும். இப்பவே ரெண்டு நாளா அவனுவ காஞ்சுபோய்க் கெடக்கானுவ. கொழுப்பெடுத்த பயலுவ எவனுவளோ தோப்பையும் வயலையும் அழிச்சிருப்பானுவ” என்று சின்னத்துரை சொல்லிக் கொண்டிருக்கும்போது ஒருவன் ஓடிவந்தான்.

“கன்னியாகுமரியில இருந்து ஒரு கார்ல மணக்குடிக்காரனுவ அரிசி கொண்டு வாறானுவளாம்” என்றான் ஓடிவந்தவன்.

“இத விடப்புடாதுடே.... மணக்குடி ஊருக்கு ஒரு பொட்டு அரிசிகூடப் போவப்புடாது. எல்லாரும் ஆல மூட்டுக்கு வாருங்க” என்று எல்லோரையும் ரோட்டுப் பக்கத்துக்கு அழைத்து வந்தார் சின்னத்துரை.

அந்த ரூட்டில் இரண்டு மணி நேரத்திற்கு ஒரு பஸ்தான் வரும். அதுவும் ரெண்டு நாளாகவே நிறுத்தப்பட்டுவிட்டது. ரோடு வெறிச்சோடிப்போய்க் கிடந்தது.

“அந்த ஆல மூட்டில கெடக்கிற கல்லை எடுத்து நடுரோட்டில போடுங்கடே.... நம்ம ஆளு யாராவது வந்தா விட்டிடுங்க. மத்தவனுவ எவன் வந்தாலும் பாத்துக்குவோம்!” என்றார் சின்னத்துரை.

சின்னத்துரை எப்போதுமே பொறுமையாகத்தான் இருப்பார். ஆனால் அந்தப் பொறுமைக்கும் ஒரு எல்லை வைத்திருப்பார். எல்லையைத் தாண்டிவிட்டால் அவரது நடவடிக்கை தீவிரமாகத்தான் இருக்கும். அந்தத் தீவிர நிலைக்கு வந்துவிட்டார் இப்போது.

ரோட்டில் வரிசையாகப் பெரிய கல்லை அடுக்கி வைத்துவிட்டு எல்லோரும் பதுங்கிக்கொண்டார்கள்.

சின்னத்துரையும் பண்டாரக்குட்டியும் மட்டும் ஆலமரத்தின் கீழ் நின்று பேசிக்கொண்டிருந்தார்கள்.

கண்ணுக்கெட்டிய தூரம்வரை கார் எதுவும் வருவதாகத் தெரியவில்லை.

"காரில் அரிசி கடத்துவதாக வந்த தகவல் தவறாக இருக்குமோ?" என்று நினைத்துக்கொண்டார் சின்னத்துரை.

மீனவர்களுக்குச் சாலைப் போக்குவரத்தைவிட எளிதான போக்குவரத்து, கடல்வழிப் போக்குவரத்துத்தான்.

கன்னியாகுமரியிலிருந்தோ கோவளத்திலிருந்தோ அரிசி மூட்டையைக் கட்டுமரத்தில் ஏற்றிக்கொண்டு வரலாம். காரில்தான் கொண்டு வரவேண்டும் என்றில்லை.

பதுங்கியிருந்தவர்களில் பலருக்கு ஆடாமல் அசையாமல் இருப்பதில் கஷ்டம் இருந்ததால் அவர்களும் ரோட்டுக்கு வந்துவிட்டார்கள்.

அப்போது கிழக்கேயிருந்து ஒரு கார் வந்தது. சின்னத்துரை உட்பட எல்லோரும் பதுங்கிக்கொண்டார்கள்.

ரோட்டில் கல் போடப்பட்டிருப்பதைப் பார்த்ததும் கார் நின்றது.

அது கன்னியாகுமரியில் உள்ள வாடகைக்கார். காரில் சூசை பாதிரியாரும் மணக்குடி ஊர்க்காரர்கள் இரண்டு பேரும் பின்சீட்டில் இருந்தார்கள்.

"டேய், பாதிரிடா! போகட்டுண்டா..." என்றான் குட்டிக்கண்.

"பாதிரின்னா என்னா? ரெண்டு கொம்போ? யாரையும் இந்தக் காலத்தில நம்ப முடியாது" என்றார் பால்துரை.

"டிக்கியைத் தெறந்து காட்டுடே" என்றார் சின்னத்துரை.

டிரைவர் இறங்கிவந்து டிக்கியைத் திறந்தான். அதில் ஒரு ஸ்டெப்னி மட்டும்தான் இருந்தது.

"ஏண்டே! கல்லை எடுங்கடே! என்ற சின்னத்துரை, காரின் பின் சீட்டின் கீழ் நோட்டமிட்டார். பாதிரியாரின் காலுக்குப் பின்னால் ஒரு மூட்டை இருப்பதுபோல் தோன்றியது.

“கல்லை எடுக்காதே, அப்படியே வை...” என்று சொன்னவர், பின்கதவைத் திறந்தார்.

அதற்குள் அரிசி மூட்டையைப் பண்டாரக்குட்டியும் பார்த்துவிட்டான்.

“அரிசிச் சாக்கு டோய்!” என்று சத்தம் போட்டான். அரிசிச் சாக்கைப் பார்த்ததும் காருக்குள் இருந்தவனை ஓங்கி அடித்தான் ஒருவன்.

“இழுத்துப்போட்டு அடிடா” என்றான் குட்டிக்கண்.

அவ்வளவுதான் மணக்குடிக்காரர்கள் இருவரையும் துவைத்து எடுத்துவிட்டது அந்தக் கூட்டம். பாதிரியாரை அடிப்பதற்காக ரெண்டு மூன்று பேர் ஓடிவந்தார்கள்.

“அரிசி மூட்டையை வேணும்னா எடுத்துக்கிடுங்க. எங்களை விட்டிடுங்க. ஒண்ணுக்கொண்ணா இருக்கிற நாம இப்பிடி அடிச்சுக்கக் கூடாது” என்றார் பாதிரியார்.

“இதைப் போய் ஓம்ம ஊர்க்காரனுவகிட்ட சொல்லும் ஓய். தோப்பையும் வயலையும் அழிச்சதை நீர் பாத்துக்கிட்டுத்தானே இருந்தீரு” என்றார் பால்துரை.

“அது ஒண்ணும் எனக்குத் தெரியாது” என்று சொல்லி முடிப்பதற்குள் பாதிரியாருக்கு அடி விழுந்துவிட்டது.

சின்னத்துரை வந்து தடுத்திருக்காவிட்டால் பாதிரியார் பாடு திண்டாட்டம் ஆகியிருக்கும். அதற்குள் அரிசி மூட்டையைத் தூக்கிக்கொண்டு போய்விட்டார்கள்.

“பாதிரியாரை ஒண்ணும் பண்ணாதீங்க கொஞ்சம் நிதானமா இருங்க” என்றார் பாலையா. அவரே காரின் கதவைச் சாற்றினார்.

“கல்லை எடுங்கடே” என்றார்.

ஒன்றிரண்டு கல்லை எடுப்பதற்குள்ளாகக் காரை வலப்புறமாக வளைத்துத் திருப்பி ஓட்டிப் போனான் அந்த டிரைவர். அவர் காரை எடுத்த அந்த வேகத்தில் ‘தப்பித்தோம், பிழைத்தோம்’ என்ற மனநிலை தெரிந்தது.

அரிசியை வெற்றிகரமாகப் பறித்ததைப் பற்றி அவர்கள் சந்தோஷமாகப் பேசிக்கொண்டு நின்றார்கள். ஒரு சிலரின் மனத்திரையில் தனக்கு எத்தனை பக்கா அரிசி கிடைக்கும் என்ற எண்ணம் ஓடிக்கொண்டிருந்தது.

கீழமணக்குடிக்கும் முகிலன் குடியிருப்புக்கும் இடையில் உள்ள தூரம் சரியாக ஒரு கிலோ மீட்டர். பாதிரியார் கீழமணக்குடிக்குப் போனதும் செய்த முதல் வேலை கன்னியாகுமரி போலீஸ் ஸ்டேஷனுக்குப் போன் செய்ததுதான்.

"டேய், கல்லை எடுத்து வைங்கடா... இன்னும் எவனாவது அரிசி கடத்திக்கிட்டு வந்தானுவன்னா மடக்கிடலாம்" என்றான் குட்டிக்கண்.

முன்பைவிட ஒன்றிரண்டு கற்களை அதிகமாக எடுத்து வைத்துத் தடை ஏற்படுத்தினார்கள்.

போலீஸ் வந்தாலும் வரும் என்று முன்பு பயந்ததால் பதுங்கியவர்கள் இப்போது பதுங்கவில்லை. சரியாகப் பதினைந்து நிமிடத்தில் இன்னொரு வாடகைக்கார் வந்தது. கல்லால் ரோட்டில் தடை ஏற்படுத்தியிருந்ததால் கார் அதில் நின்றது. மணக்குடிக்காரர்கள்தான் அரிசி கடத்துகிறார்கள் என்ற எண்ணத்தில் சின்னத்துரையும் குட்டிக்கண்ணும் காரின் அருகே வந்தார்கள். மற்றவர்கள் கொஞ்சம் பயந்து ஒதுங்கினார்கள்.

காரின் கண்ணாடி கீழே இறங்கியது. உள்ளே இருந்தவர்கள் போலீஸ்காரர்கள். சின்னத்துரையையும், குட்டிக்கண்ணையும் அவர்கள் பிடித்துக்கொண்டார்கள். மற்றவர்கள் 'துண்டைக் காணோம் துணியைக் காணோம்' என்று ஓடிவிட்டார்கள்.

❈

17

கோட்டையில் பீட்டரும் விக்டோரியாவும் பேசிக் கொண்டிருந்ததைப் பார்த்த பெஞ்சமின், நேரே ஜான் வீட்டுக்கு வந்தான்.

அப்போதுதான் காட்டுவிளையிலிருந்து வந்திருந்தான் ஜான். விக்டோரியாவுக்கு உடம்பு சரியில்லாததால் கொஞ்சம் அதிகமாகக் குடித்திருந்தான். வீட்டில் விக்டோரியா இல்லாததால் ஆஸ்பத்திரிக்குப் போயிருப்பாள் என்று நினைத்துக்கொண்டு குடிசையின் வெளியே படுத்தான்.

மாசிமாதக் குளிர் அவனை ஒன்றும் செய்யவில்லை. சட்டை போடாத உடம்புடன் கடல் மணலில் படுத்து உருண்டான் ஜான்.

விக்டரையும் விக்டோரியாவையும் பற்றி ஜானிடம் சொல்லிக்கொண்டிருந்தான் பெஞ்சமின். அது எதுவும் ஜானுக்கு ஏறவில்லை.

"எனக்க மொவளுக்கு ஒடம்பு சரியில்லை" என்பதையே ஒத்தடித்தாளமாகத் திருப்பித்திருப்பி உளறிக் கொண்டிருந்தான்.

தூரத்தில் விக்டோரியா வருவதைப் பார்த்ததும் பெஞ்சமின் அங்கிருந்து போய்விட்டான்.

விக்டோரியா வெளியே நிற்கவில்லை. நேரே குடிசைக்குள் போய்விட்டாள். ஜான் குடித்துவிட்டு வரும்போது சாதாரணமாகவே அவனிடம் எதுவும் பேசமாட்டாள். இன்று அவளது மனத்துள் பயமும் இருந்ததால் ஒரு நொடிகூட நிற்கவில்லை.

ராத்திரிக்கு ஏதாவது கறிவைத்துக் கொடுக்கவேண்டும். மத்தியானமும் ஒன்றும் சமைக்கவில்லை என்ற எண்ணத்துடன் உறியில் இருந்த விளமீன் கருவாட்டை எடுத்துக் கறிவைக்கத் தொடங்கினாள்.

கறிவைத்து முடித்த விக்டோரியா வெளியே வந்து பார்த்தாள். ஜான் குறட்டைவிட்டுத் தூங்கிக்கொண்டிருந்தான்.

"அப்பா... அப்பா..."

"ம்... ம்கூம்..." என்று புரண்டு படுத்தான் ஜான்.

"அப்பா... அப்பா... சாப்பிட்டுட்டுப் படுத்துக்கங்கப்பா..."

"ம்... சாப்பாடா? நல்லா சாப்பிட்டேன். எனக்க மொவளுக்கு ஒடம்பு சரியில்லை"

"அப்பா, எனக்கு ஒடம்பு சரியாயிடுச்சு. நீங்க சாப்பிட எழுந்திருங்கப்பா"

"ம்... நீ சாப்பிட்டாச்சா?"

"இல்லப்பா, நான் அப்புறம் சாப்பிடறேன். எழுந்திருங்கப்பா"

ஜான் மெதுவாக எழுந்தான்.

போதையின் உச்சம் தணிந்திருந்தது. அவனது மனத்துள் ஏதோ பதற்றம் குடிகொண்டிருந்ததுபோல் தெரிந்தது. குடத்தில் இருந்த தண்ணீரில் முகத்தையும் கையையும் கழுவினான்.

சாப்பிட உட்கார்ந்தான். விளமீன் கருவாட்டுக்கறி நன்றாகத்தான் இருந்தது. ஆனாலும், சாப்பாடு அவனுக்கு ருசிக்கவில்லை. பெஞ்சமின் சொன்னது தெளிவாகப் புரியவில்லை என்றாலும் விக்டர், விக்டோரியா என்பது மட்டும் புரிந்தது. அதைப்பற்றி விக்டோரியாவிடம் கேட்கலாமா, வேண்டாமா? என்று நினைத்துக்கொண்டே சாப்பிட்டான்.

"அப்பா கொஞ்சம் கறி ஊத்தட்டா?"

"ம்... ஊத்து மொவளே"

விக்டோரியா கறி ஊற்றிவிட்டு நிமிர்ந்தாள்.

"மொவளே, ஒனக்கிட்ட ஒரு காரியம் கேக்கணும்."

“அப்பா என்ன காரியம் கேக்கும்னு எனக்குத் தெரியும். அப்பா, எனக்க அம்மை மேரி. எனக்க அப்பா ஜான். இந்த ரெண்டுபேரும் பணம் இல்லைன்னாலும் எப்பிடி சந்தோஷமா இருந்தாங்கன்னு தெரியும். எனக்க அம்மை மரிச்ச பெறகு, நீங்க மறுகலியாணம் செய்துக்காமல் என்னை வளக்கிறதும் தெரியும். அப்பா நான் தப்புப் பண்ணமாட்டேன். விக்டர்ங்கறவரோட எனக்குப் பழக்கம் இருக்கு. தாமரைக்கொளத்துக்காரர். அவரைக் கல்யாணம் கட்டிக்க எனக்கு இஷ்டம்.”

“தாமரைக்கொளமா! மொவளே, அப்ப வேற சாதியாயில்ல இருக்கும். அவங்க சாதி, சனம் இதை ஏக்குமா? எனக்க பொன்னு மொவளே... இதை நீ யோசிச்சியா?”

“அப்பா, நான் யோசிச்சது உண்டு. அவரும் நம்ம மார்க்கத்துக்காரர்தான். அவரு நம்மளவிட ஒசந்த ஜாதியின்னாலும் அவரு நம்மள சமமாத்தான் பாக்கிறாரு. அவருக்கு அம்மை மட்டுந்தான் உண்டு. அவங்களும் சம்மதம் சொல்வாங்க.”

“விக்டர் என்ன தொழில் செய்யறார்?”

“நீங்க மீன் பிடிச்சி விக்கறீங்க. அவரு ஆடு பிடிச்சி இறைச்சி விக்கறார். ஒரே தொழில் போலத்தான். ஆனா அப்பா, அவரு நல்ல மனுஷன். தோலு யாவாரம் செய்யப்போறார். குடிக்க மாட்டார்.’’

“நல்லது மொவளே. என்னைப் போலக் குடிக்கல்லை, தொழிலையும் நம்பல்லை. யாவாரம் செய்யறது நல்லதுதானே... ஆனா மொவளே, ஒரு சொல்லு வராம பாத்துக்கணும்.”

“நான் ஒங்க மொவ, தப்புச் செய்வேனா? இன்னைக்கு அந்தப் பெஞ்சமின் வந்து ஒங்ககிட்ட சொன்னதை நான் பாத்தேன். விக்டர் இங்க வந்திருந்தார். அவரு தோலுக்கடை தொடங்கறது சம்பந்தமா பேச வந்திருந்தார். வேற ஒண்ணும் இல்லை. அதை நெனைச்சி நீங்க சங்கடப்பட வேண்டாம்.”

“ஓமு, எனக்கு எதுக்குச் சங்கடம்? ராணியாட்டம் ஒரே ஒரு மொவ நீ இருக்கிறே. ஒன்னை நெனைச்சி எனக்குச் சங்கடம் இல்ல மொவளே. ஊரை நெனச்சித்தான் சங்கடமா இருக்கு”

“ஊரு என்னப்பா பெரிய ஊரு. நமக்கு நல்லது வந்தா அது அழும். நமக்குக் கெட்டது வந்தா அது சிரிக்கும். ஒரு கத்தோலிக்கக் கிறிஸ்தவப் பொண்ணு ஒரு கத்தோலிக்கக் கிறிஸ்தவனைக் கல்யாணம் பண்றது தப்பு இல்லேப்பா. நீங்க, ஒங்க சங்கடத்தை விடுங்க. நான் பாத்துக்கொள்றேன்.”

“என்னமோ, நல்லா இரும்மா.”

“அப்பா...”

“சொல்லு மொவளே”

“நாளைக்கி அவர் வழுக்கம்பாறையில கடை தொறக்கிறார். நாம ரெண்டுபேரும் போய்ட்டு...”

“நான் எதுக்கு மொவளே, நீ சந்தோஷமா போய்ட்டு வா.”

“இல்லப்பா, நீங்க வர்றது, கடையைப் பாக்க இல்லைப்பா... அவரைப்...”

“நான் வாறேன் மொவளே, வருவேன். எனக்க மொவள் எங்க கூப்பிட்டாலும் நான் வருவேன். நீ சாப்பிடு மொவளே” என்று ஜான் சாப்பிட்டுவிட்டு எழுந்தான்.

விக்டோரியாவின் மனதும் லேசானது போல் இருந்தது. சாப்பிட்டுவிட்டுப் படுத்தாள்.

✵

18

சின்னத்துரையையும், குட்டிக்கண்ணையும் பிடித்துக் கொண்டுபோன போலீசார், தலக்குளத்துப் பக்கத்தில் அவர்களைக் கொண்டுபோய் விட்டுவிட்டார்கள்.

அவர்களுக்கு யாரையும் பிடிக்க வேண்டும் என்ற எண்ணம் இல்லை. பாதிரியார், போனில் சொன்ன தகவலின் பேரில்தான் கலவரம் ஏற்படாமல் தடுப்பதற்காக வந்தார்கள். புகார் எதுவும் பதிவு செய்யப்படவில்லை.

மேலும் வந்திருந்த போலீஸ்காரர்கள் இந்துக்கள் என்பதால் அவர்கள் செய்ய நினைத்ததைத்தான் ஊர்க்காரர்கள் செய்கிறார்கள் என்ற சந்தோஷமும் அவர்களின் நெஞ்சுக்குள் இருந்தது.

சின்னத்துரையைப் பற்றி அவர்கள் முன்பே கேள்விபட்டிருக்கிறார்கள். அவர் நல்லது, கெட்டது தெரிந்து நடப்பவர் என்பதால் அவரை விட்டுவிட்டார்கள். அவருடன் பிடிபட்டதால் குட்டிக்கண்ணையும் விட்டுவிட்டார்கள். விடும்போதே ஒரு நிபந்தனையும் சொன்னார்கள். “நீங்க பெரிய மனுஷன்ங்கறதால விடுறோம். அப்புறமா, கம்ப்ளெய்ண்ட் வந்தபிறகு ஏதாவது விசாரணைன்னா நீங்க வரணும்” என்று சொல்லித்தான் அனுப்பினார்கள்.

சின்னத்துரையையும், குட்டிக்கண்ணையும் போலீஸ்காரர்கள் விட்டுவிட்டார்கள் என்று தெரிந்ததும் முகிலன் குடியிருப்புக்காரர்களும் மற்றவர்களும் மீண்டும் கூடிவிட்டார்கள்.

போலீசார் விட்டுவிட்டதால் குட்டிக்கண்ணுக்கும் பெரிய மனுஷத்தன்மை வந்துவிட்டது. ஒரே கூட்டமாக அவர்கள்

கூடிநின்று பேசவில்லை என்றாலும் அங்கங்கே சின்னச்சின்ன கூட்டமாக நின்று பேசிக்கொண்டார்கள்.

எல்லோருடைய பேச்சிலும் தவறாமல் சூசை பாதிரியாரின் பெயர் அடிபட்டது. அவர்தான் போலீசுக்கு போன் செய்தது என்பது தெரிந்துவிட்டதால் மணக்குடிக்காரர்களின் அட்டூழியத்திற்கு அவரும் உடந்தை என்று நினைக்கத் தொடங்கிவிட்டார்கள்.

வேலைக்குப் போகாமல் சுற்றித் திரிந்தவர்களுக்கு இந்தக்கலவரம் நல்ல வாய்ப்பாகப் போய்விட்டது. காசுக்குக் காசும் புரண்டது. பேருக்குப் பேரும் வந்தது.

இப்போதெல்லாம் முகிலன் குடியிருப்பில் அயலூர்க்காரர்களின் நடமாட்டம் அதிகமாய் இருக்கிறது. யார், யார் என்று அடையாளம் தெரியாதவர்கள் எல்லாம் வருகிறார்கள்.

கோயில்விளை ஊரின் தெற்குப் பக்கத்தில் உள்ள வயல்காட்டுக்குள் அடிக்கடிக் கூடிக்கூடிப் பேசிக்கொள்கிறார்கள். அவர்களுடன் குட்டிக்கண்ணும் கலந்துகொள்கிறான். ஏதோ திட்டம் போடுகிறார்கள் என்று தெரிந்ததால் குட்டிக்கண்ணைக் கூப்பிட்டு விசாரித்தார் சின்னத்துரை.

"ஒண்ணும் இல்லண்ணே, சும்மாதான் பேசிக்கிட்டிருக்கோம்" என்றான் குட்டிக்கண்.

"வம்பு, தும்பு எதுலேயும் மாட்டிக்கிடாதுங்கடே. எதையும் பார்த்துச் செய்யுங்க" என்றபடி பதிலை எதிர்பார்க்காமல் நடந்துபோனார் சின்னத்துரை.

குட்டிக்கண் மீண்டும் கூட்டத்தோடு சேர்ந்துகொண்டான்.

கூட்டத்தில் ஒவ்வொருவரும் ஒவ்வொன்றாகச் சொல்லிக்கொண்டிருந்தார்கள்.

"மணக்குடியில உள்ள குடிசை ஒண்ணுவிடாம எரியணும். அப்பதான் நாம யாருன்னு அவனுவளுக்குத் தெரியும்" என்றான் பண்டாரக்குட்டி.

"ஊரை எரிக்கணும்னு என்னடே இருக்கு, அந்தப் பாதிரியைப் போட்டு வாங்கிட்டா சரியாப் போயிடும்டே" என்றார் பால்துரை.

“பாதிரியைத் தீர்த்துக்கட்டுறது அவ்வளவு சாதாரணமா போச்சா ஒமக்கு” என்றான் குட்டிக்கண்.

“பின்ன அது என்ன பெரிய மலையா! அசைக்க முடியாதுங்கறதுக்கு. அவருதான் என்னைக்கும் குருசடிப் பக்கம் வந்து ரொம்ப நேரம் தனியா நிக்கிறாரு. இல்லன்னா, கடற்கரைக்குப் போய் நிக்கிறாரு. அந்தச் சமயம் பாத்து ரெண்டு பேரு வெட்டித் தள்ளிக்கிட்டு வர வேண்டியதுதானே.

பால்துரை சொன்னது எல்லோரையும் சிந்திக்க வைத்தது. சாதாரண மணக்குடிக்காரனுவளைவிட, பாதிரியாரைக் கொல்றதுதான் ஒசத்தி என்று பலருக்கும் தோன்றியது.

“எப்படிப் பண்ணலாம்னு சொல்லுங்கண்ணே” என்றான் குட்டிக்கண்.

“யாரை என்ன பண்ணணும்னு மட்டும் எங்ககிட்ட சொல்லுங்க. எங்கே எப்படிப் பண்றதுங்கறதை நாங்க பாத்துக்கிடுறோம்” என்றான் ஒருவன். அவனுக்குப் பின்னால் நான்கைந்து பேர் இருந்தனர். அவர்கள் அனைவருமே அந்தப் பகுதியைச் சேர்ந்தவர்கள் இல்லை என்பது எல்லோருக்கும் தெரிந்தது.

“ஆர்வத்தில வந்திருப்பாங்க. யாரா இருந்தா நமக்கென்ன?” என்றபடி எல்லோரும் அமைதியாக இருந்தார்கள்.

பண்டாரக்குட்டிக்கு மட்டும் அவர்களின் மேல் சந்தேகம் வந்தது. உடனே சந்தேகத்தை வெளிப்படுத்தவில்லை என்றாலும் அவர்களை ஒரு மாதிரியாகத்தான் பார்த்தான்.

மண்டைக்காட்டில் அவர்களைப் பார்த்ததுபோல் தோன்றியது பண்டாரக்குட்டிக்கு. எதற்கும் நேரடியாகவே கேட்டுவிடுவது என்ற முடிவுக்கு வந்தான் அவன்.

“ஒங்களுக்கு எந்த ஊரு?” என்று கேட்டான் பண்டாரக்குட்டி.

ஒரு நொடி திகைத்துப்போன அவர்கள் அடுத்த நொடியிலேயே ஒவ்வொருவரும் ஒவ்வொரு ஊரின் பெயரைச் சொன்னார்கள்.

அவர்கள் சொன்ன ஊர்கள் எல்லாம் தொலைவில் இருந்த ஊர்கள் என்றாலும் அந்த ஊர்களைச் சேர்ந்தவர்கள் அவர்கள் இல்லை என்பது தெளிவாகிவிட்டது.

“ஏ... என்னப்பா நீ, நம்ம ஒதவிக்கு வந்திருக்கிறவங்களைப் போய் வக்கீல் போல கேள்வி கேட்கிறீயே?” என்று பண்டாரக்குட்டியைத் தடுத்தார் பால்துரை.

“ஓ... ஒங்ககூட வந்திருக்கிறாங்களா? வேற ஒண்ணும் இல்லண்ணே... யாரோட வந்திருக்கிறாங்கன்னு தெரிஞ்சுக்கிறதுக்காகத்தான் கேட்டேன்” என்ற பண்டாரக்குட்டி அமைதியானான்.

“என்ன பண்ணப் போறீங்கங்கறதை ஒங்க மனசுக்குள்ள வச்சிக்கிட்டா போதாது. இங்க தெளிவாச் சொல்லணும். இது தனிப்பட்ட காரியம் இல்லை. நாலு பேர் காரியம்'' என்றார் பால்துரை.

அப்போது அலைவாய்க் கரையிலிருந்து இரண்டு மூன்று பெண்கள் அந்த வழியாக வீட்டுக்குப் போய்க்கொண்டிருந்தார்கள்.

பால்துரை சொன்னதைக் கேட்டுக்கொண்டிருந்த அயலூர்க்காரர்கள், “குருசடிகிட்ட ஆம்பளையாளு யாரும் இருக்க மாட்டாங்க. 8.30 மணி பூசையை முடிச்சிட்டுப் பாதிரியார் வர்றப்போ சாக்கைத் தலையில போட்டு மூடி நம்ம தோப்புக்குத் தூக்கிட்டு வந்திட வேண்டியதுதான். எங்ககூட ஒருத்தர் மட்டும் வந்தா போதும்” என்றார்கள்.

உடனே குட்டிக்கண் “நான் வாறேன்” என்றான்.

“என்னைக்கு இந்த வேலையைச் செய்யலாம்?” என்றார் பால்துரை.

“நாளக் கடத்திட்டுப் போவப்புடாது. இதையெல்லாம் சூட்டோட சூடா முடிச்சுடணும்” என்றான் பண்டாரக்குட்டி.

“இப்பதான் சரியா சொல்றீங்க. நாளைக்குக் காலையிலேயே முடிச்சிடுவோம்” என்றார்கள் அயலூர்க்காரர்கள்.

❋

19

தோலைப் போட்டு வைப்பதற்கு வழுக்கம் பாறையில் விக்டர் கடை திறந்துவிட்டான். அன்றைக்கு ஜானும் விக்டோரியாவும் மணக்குடியிலிருந்து வந்திருந்தார்கள்.

விக்டரின் சுறுசுறுப்பும் வியாபாரத்திலிருந்த ஆர்வமும் ஜானுக்கு மிகவும் பிடித்துவிட்டது. தனது மகள் புளியங்கொம்பாகத்தான் பிடித்திருக்கிறாள் என்ற மனத்திருப்தியில் இருந்தான்.

கடையைத் திறந்ததும் எல்லோருக்கும் காளிமார்க் கலர் வாங்கிக்கொடுத்தான் விக்டர். வந்திருந்த பத்துப் பதினைந்து பேரும் ஒவ்வொருத்தராகப் போய்விட்டார்கள்.

விக்டோரியாவைப் பார்த்தார் ஜான். விக்டரின் முகத்தைப் பார்த்தாள் விக்டோரியா.

“விக்டோரியாவை நான் அப்புறமா கொண்டு வந்துவிடுறேன். நீங்க இப்ப பஸ் பிடிச்சிப் போயிடுங்களேன்” என்றான் விக்டர்.

“மற்ற சமயம்னா, நீங்க சொல்றது சரிதான்! இப்ப வெட்டுக்குத்துன்னு கெடக்குவு. இந்தச் சமயத்தில நீங்க ஊருக்குள்ளே வந்தா ஒண்ணு கெடக்க ஒண்ணு ஆயிடுமோன்னு தோணுது” என்று இழுத்தான் ஜான்.

“நான் வந்திடுவேன்பா. அவரு எனக்க உயிருப்பா, நான் பாத்துக்கிடுறேன். நீங்க பயப்படாம போய்ட்டு வாங்கப்பா. பஸ், ரெயில்வே கேட் வரைக்கும்தான் போகும். அங்கேயிருந்து

நடந்துதான் போணும். நீங்க அப்படியே அளத்துக்குள்ளே எறங்கி நடந்து போங்கப்பா" என்றாள் விக்டோரியா.

"நான் கெழவன் மொவளே, இருந்தா என்ன? போனா என்ன? அப்பிடியே போய்ட்டாலும் சந்தோஷமாப் போயிடுவேன். அப்ப நான் வாறேன்" என்றபடி கிளம்பினான் ஜான்.

கொஞ்சநேரத்தில் விக்டரின் சித்தப்பா ஒரு சைக்கிளின் பின்னால் ஒரு பெரிய கள்ளிப்பெட்டிக்குள் நான்கு தோல்களைக் கொண்டுவந்தார்.

அந்தத் தோல்கள் தாமரைக்குளத்தில் விக்டரின் கசாப்புக்கடையிலிருந்து கொண்டுவரப்பட்டவை. அவைதான் முதல் போணி.

அவற்றை இறக்கி அந்தத் தோலுக்கு உப்புப் பாடம் பண்ணினான் விக்டர்.

பல இடங்களுக்கும் போய், தோலைக்கொண்டு வந்தார்கள் விக்டரின் சித்தப்பாவும் அவரது நண்பரும். தோல் கடையை நடத்துவதாக இருந்தால் தாமரைக்குளத்திலிருக்கும் இறைச்சிக் கடையை நடத்துவதில் கஷ்டம் இருக்கும். என்றாலும் உடனே விட்டுவிட முடியாது. கொஞ்சநாளைக்குச் சித்தப்பா பார்த்துக்கொள்ளட்டும் என்று நினைத்தான் விக்டர்.

மணி மூன்றாகிவிட்டது.

சித்தப்பாவும் விக்டரும் மட்டும் கடையிலிருந்தார்கள்.

விக்டோரியா தனது முந்தானையிலிருந்து கத்தையாக ரூபாயை எடுத்து அப்படியே விக்டரிடம் கொடுத்தாள்.

இரண்டு கைநீட்டி அதை வாங்கியபடி "எவ்வளவு ரூபா இருக்கு?" என்றான்.

"எவ்வளவுன்னு சரியா எண்ணிப் பாக்கலை. எண்ணாமலேயே ஒங்ககிட்ட கொடுக்கிறேன். நம்ம யாவாரம், இதைப்போலப் பெருகட்டும்" என்றாள்.

விக்டரின் சித்தப்பாவுக்கு நெஞ்சு குளிர்ந்தது.

அவருக்கு முன்பே அரசல் புரசலாக விக்டரின் காதல் பற்றித் தெரியும். மீன்காரி என்று கேள்விப்பட்டிருந்தார். விக்டரின் மேல் இருந்த நம்பிக்கையால் அவர் இதுவரை நேரில் பார்க்கவில்லை. இப்போது நேரில் பார்த்ததும் புரிந்துகொண்டார். 'மீன்காரியா இருந்தாலும் குடும்பத்துக்கேத்த பொண்ணு. எப்படிப் பாத்தாலும் விக்டருக்கு பொருத்தமாயிருப்பாள்' என்று நினைத்துக்கொண்டார்.

"சித்தப்பா, நீங்க போய்ச் சாப்பிட்டுட்டு வாங்க."

"நான் வீட்டில சாப்பிட்டுட்டு வந்திட்டேன். ஒனக்கும் வீட்டில சாப்பாடு இருக்கு. ஆனாலும், அங்க போய் நீ இப்ப சாப்பிடுறதுக்கு நேரம் இருக்காது. இங்ஙன கிளப் கடையில போய் ரெண்டுபேரும் சாப்பிட்டிட்டு வாங்க. நான் பாத்துக்கிடுறேன்" என்றார் சித்தப்பா.

"எனக்குச் சாப்பாடு வேண்டாம். கலர் குடிச்சது குப்புனு இருக்கு. அப்புறமா வீட்டில் போய் சாப்பிடுறேன்" என்றவள் விக்டரைப் பார்த்து, "போலாமா?" என்று கேட்டாள்.

"நீங்க போய்ட்டு வாங்க. நான் பாத்துக்கிடுறேன்" என்றார் சித்தப்பா.

விக்டரும் விக்டோரியாவும் ரோட்டில் இறங்கி நடந்தார்கள். இருவரும் ஜோடியாக நடந்துபோவதைக் கண் கொட்டாமல் பார்த்துக்கொண்டிருந்தார் சித்தப்பா. அவருக்குச் சந்தோஷமாய் இருந்தது.

இருவரும் பஸ்ஸுக்காகக் காத்து நிற்காமல் நடந்துபோனார்கள்.

"இனிமேதான் நாம எப்பிடிப் பாத்துக்கிடுறதுன்னு தெரியல்லை. இதுவரைக்கும் மத்தியானத்துக்கு மேல் சும்மா இருப்பேன். விக்குவை நெனச்சிக்கிட்டே பொழுதைப் போக்குவேன். இனிமேல் என்ன பண்றது?" என்று கேட்டான் விக்டர்.

"அதுக்கு ஏன் கவலைப்படுறீய, நீங்க இல்லைன்னா, நான் எதுக்கு மீனு யாவாரத்துக்கு அந்திக் கடைக்குப் போறேன். மீனு ஏலம் எடுத்து மீன்காரியளுக்கு மொத்தமா வித்துப்புடுவேன். சாயங்காலமானா இங்க வந்துடுவேன்" என்று சின்ன பிள்ளைபோல் சொன்னாள் விக்டோரியா.

அது நடைமுறைக்குப் பொருந்தாது என்பதால் பதில் பேசாமல் நடந்தான் விக்டர். பின்பு அவனே தொடர்ந்து பேசினான்.

“மீன் யாவாரத்துக்கு வராம இருக்கிறது சரி. தெனந்தோறும் இங்கே வர்றது சரிப்படாது. இது கடையில்லையா? நான் கடையைச் சாத்துன பெறகு மணக்குடிக்கு வாறேன்” என்றான் விக்டர். விக்டோரியாவுக்கும் அதுதான் சரி என்று தோன்றியது. விக்டரைப் பற்றிய விபரம் ஜானுக்கும் தெரிந்துவிட்டதால் வீட்டுக்கு வருவதைப் பற்றியும் கவலைப்பட வேண்டியதில்லை.

இருவரும் சேர்ந்து நடந்ததால் நடந்தது போலவே தெரியவில்லை. அதற்குள் ஈத்தன்காடு வந்திருந்தார்கள். ஈத்தன்காட்டுக் கடையில் ரெண்டு ஏத்தம் பழங்களை வாங்கிக்கொண்டு வந்தான் விக்டர். ஆளுக்கு ஒன்றாகச் சாப்பிட்டார்கள்.

ஈத்தங்காட்டைத் தாண்டி நடக்கும்போது பிள்ளை பெத்த டேம் பக்கத்தில் ஓடைக்கரையில் இருவரும் உட்கார்ந்தார்கள்.

சாதாரணமாகவே அந்த இடத்தில் ஆள் நடமாட்டம் அதிகமாக இருக்காது. வயலுக்கு வருகிறவர்கள் வந்தால்தான் உண்டு. சாயங்கால நேரம் என்பதால் வயலுக்கு யாரும் வரமாட்டார்கள். எனவே விக்டோரியாவும், விக்டரும் உட்கார்ந்து பேசுவதற்கு வசதியாக இருந்தது.

விக்டோரியாவின் மனத்தில் விக்டர், தனது கணவன் போலவே தோன்றியது. எந்தவித அந்நியத் தன்மையும் தெரியவில்லை. இருவரும் சேர்ந்து தங்கள் எதிர்காலத்தைத் திட்டமிட்டார்கள்.

விக்டர், ஒரு மணக்குடிக்காரிக்குப் பின்னால் சுற்றுகிறான் என்று முதலில் தெரிந்ததும் விக்டரின் அம்மாவும் வருத்தப்பட்டாள். அதன்பிறகு ‘யாரா இருந்தால் என்ன? நல்ல பெண்ணாக இருந்தால் போதும்’ என்ற முடிவுக்கு வந்துவிட்டாள்.

அதனால் இரண்டு பக்கத்திலிருந்தும் தடை இருக்காது என்பது முடிவாகிவிட்டது. தோல் கடையும் திறந்தாகிவிட்டது.

“எப்ப நாம கல்யாணம் பண்ணிக்கலாம்?” என்று கேட்டாள் விக்டோரியா.

“எப்ப வேணும்னாலும் பண்ணிக்கலாம். இப்பவே வேணும்னாலும் பண்ணிக்கலாம்” என்று விக்டோரியாவைக் கட்டிப்பிடித்தான் விக்டர்.

விக்டோரியா அதைத் தடுக்கவில்லை என்றாலும் பிடியின் இறுக்கத்தை கொஞ்சம் குறைத்தாள்.

“கல்யாணம்ங்கறது அவ்வளவு வெளையாட்டா இருக்கா ஒங்களுக்கு?”

“பின்னே, கல்யாணம்ங்கறது ரொம்ப கஷ்டமா? மாப்பிள்ளைக்குப் பொண்ணு கெடைக்கலைண்ணா அல்லது பொண்ணுக்கு மாப்பிள்ளை கெடைக்கலைண்ணா கஷ்டம்தான். இங்க பொண்ணும் ரெடி, மாப்பிள்ளையும் ரெடி. எப்ப வேணும்னாலும் கல்யாணத்தை வச்சிக்கலாம்னு சொன்னது தப்பா?”

“இப்ப நீங்க பெரிய வியாபாரி ஆயிட்டீங்க. இனிமே இந்த மீன்காரிய ஒங்களுக்குப் பிடிக்குமா?”

“பிடிக்கு...மாவா? இப்பவே பிடிக்கிறேன் பாரு'' என்று மீண்டும் இறுக்கமாகப் பிடித்தான் விக்டர்.

“ஐயோ! நான் இப்பிடிப் பிடிக்கிறதைச் சொல்லலைங்க. மனசுக்குப் பிடிக்குமான்னு கேட்டேன்.''

“ஓ... மனசைச் சொன்னியா? அது எங்கே இருக்கு. இங்கதானே இருக்கும்” என்ற விக்டர், அவளது கழுத்துக்குக் கீழே கையை கொண்டுவந்தான். அதைத் தடுத்த விக்டோரியா, “நான் எனக்க மனசைச் சொல்லலை. ஒங்க மனசைச் சொன்னேன்” என்றாள்.

“பிடிக்குமா, பிடிக்காதான்னு நீயே கேட்டுக்கோ” என்று அவளது காதைத் தனது நெஞ்சோடு பொருத்திக்கொண்டான்.

எவ்வளவு நேரம் அப்படியே இருந்தார்களோ தெரியாது. மணி ஆறுக்கு மேல் ஆகியிருக்கும். லேசாக இருட்டத் தொடங்கிவிட்டது.

“வாங்க போலாம்” என்றபடி எழுந்தாள் விக்டோரியா. வேறு வழியில்லாமல் விக்டரும் எழுந்தான்.

அவர்கள் இருவரும் அளத்தங்கரைக்கு வருவதற்குள் நன்றாக இருட்டிவிட்டது. இதுவரை இந்த அளத்துப்பக்கம் விக்டோரியா வந்ததே கிடையாது. குவியல் குவியலாக உப்பு குவித்து வைக்கப்பட்டிருப்பதும் பாத்திகள் அளவு மாறாமல் ஓர் ஒழுங்காக அமைக்கப்பட்டிருப்பதும் அழகுதான் என்றாலும் ஆள் நடமாட்டம் இல்லாத வேளையில் நடக்கும்போது யாருக்கும் பயமாகத்தான் இருக்கும்.

விக்டோரியா மட்டும் தனியாக என்றால் அந்தப் பக்கம் வந்திருக்கவே மாட்டாள். விக்டருடன் போவது என்றால் அவள் நரகத்திற்கும் போகத் தயார். ஒவ்வொரு காதலரும் வைத்திருக்கும் காதலை அளப்பதற்கு ஒரு கருவி இருந்து அளப்பது என்றால் விக்டர் விக்டோரியாவின் காதலை அளக்கும் போதுதான் அது உச்சத்தில் இருக்கும். அந்த அளவிற்கு இருவரும் காதலித்தார்கள்.

அளத்தங்கரைக் கோயிலைக் கடந்ததும் இருவரும் கழிக்கரையில் இறங்கி நடக்கத் தொடங்கினார்கள்.

கழிவெள்ளத்தில் சின்ன மீன்கள் சில குதித்தன. லேசாக அடித்த காற்றில் சின்னச்சின்ன அலைகள் எழும்பிக் கரையில் மோதும்போது ‘பிளக்... பிளக்...’ என்ற சத்தம் கேட்டது.

கழிக்கரையில் இறங்கி நடக்கத் தொடங்கியதும் விக்டோரியா நின்றாள்.

“இதுக்குமேல எனக்குப் பயம் ஒண்ணும் இல்லை. நீங்க திரும்பிப் போயிடுங்க” என்றாள்.

“பாதி வழியிலேயே விட்டுட்டுப் போகச் சொல்றியா?” என்ற விக்டரின் வாயைப் பொத்தினாள் விக்டோரியா.

“காலமெல்லாம் எனக்கக் கூட இருக்கப் போறீங்க, நாம எல்லா யுகத்திலயும் சேர்ந்துதான் இருப்போம்.”

“அப்போ, வீடு வரைக்கும் வாறேன்.”

“இப்ப ஊர் நெலைமை ரொம்ப மோசமா இருக்கு. ஒங்கள யாரு பாத்தாலும் நீங்க மீன்காரர் இல்லைன்னு தெரிஞ்சிடும். அதனாலத்தான் இதுக்குமேல நான் தனியாப் போறேன்னு

சொன்னேன். இப்ப நீங்க திரும்பிப் போங்க. நான் இங்கேயே நிக்கிறேன்."

"அதெல்லாம் வேண்டாம். நீ நேரே நடந்து போ. கண்ணில இருந்து மறையறது வரைக்கும் நான் இங்கேயே நிக்கிறேன்" என்றான் விக்டர்.

"இப்ப மட்டும் நான் சொல்றதைக் கேளுங்க. நீங்க மொதல்ல திரும்பிப் போங்க. நீங்க தூரத்துக்குப் போறது வரைக்கும் நான் பாத்துக்கிட்டு நிக்கிறேன்" என்றாள் விக்டோரியா.

"சரி, சரி... எஜமான் சொல்படி" என்று குனிந்து நிமிர்ந்த விக்டர் திரும்ப நடக்கத் தொடங்கினான்.

அவன் நடந்துபோகும் அழகைக் கண்ணுக்கு எட்டிய தூரம் வரை பார்த்த விக்டோரியா திரும்பி நடந்தாள்.

'தனியாகப் போய்விடுவேன்' என்று அவள் விக்டரிடம் சொல்லியிருந்தாலும் இந்த இரவு நேரத்தில் கழிக்கரையில் நடப்பதற்கு அவளுக்குப் பயமாகத்தான் இருந்தது. தைரியத்தை வரவழைத்துக்கொண்டு நடந்தாள்.

கழிக்கரையின் இடையில் தோப்புக்குள் இறங்கி நடந்தால் சர்ச் வந்துவிடும். இன்னும் பத்து நிமிட நடையில் அங்கே போய்விடலாம். நடையின் வேகத்தை அதிகரித்தாள் விக்டோரியா.

சர்ச் பக்கம் வந்துவிட்டாள். நேரே கடற்கரைக்குப் போய் இடப்பக்கமாகத் திரும்பி நடந்தால் குடிசை வந்துவிடும்.

சர்ச்சுக்கு முன்னால் பாதிரியார் நின்றுகொண்டிருந்தார். அவரைப் பார்த்ததும் 'தோத்திரம் சாமி' என்று கும்பிட்டுவிட்டு நடந்தாள். பதிலுக்கு வணக்கம் சொன்னார் சூசை பாதிரியார்.

குடிசைக்குப் பக்கத்தில் ஜான் வெளியே நின்றுகொண்டிருந்தான். இன்றைக்கு அவன் கள்ளுக்கடைப் பக்கம் போகவில்லை. விக்டோரியாவின் வருகைக்காகக் காத்து நின்றான்.

தூரத்தில் விக்டோரியா வருவதைப் பார்த்துவிட்டான். விக்டோரியாவுக்குப் பக்கத்தில் விக்டர் வரவில்லை என்று உறுதி செய்த பிறகுதான் அவனுக்கு நிம்மதி பிறந்தது.

அருகில் வந்த விக்டோரியாவிடம், “அவுங்க, எப்பப் போனாங்க?” என்று கேட்டான் ஜான்.

“கழிக்கரைகிட்ட வந்த ஒடனே போகச் சொல்லிட்டேன். மாட்டேன்னுதான் சொன்னாங்க. நான்தான் ஊர் நெலைமையைச் சொல்லித் திருப்பி அனுப்பினேன்” என்றாள்.

மகளின் சமயோசித புத்தியை மனத்துக்குள் பாராட்டியபடி உள்ளே போனான் ஜான்.

“அப்பாவுக்கு வயிற்றைப் பசிக்கும். இப்ப சோறாக்கித் தாறேன்” என்றாள் விக்டோரியா.

“எனக்குப் பசியே இல்ல மொவளே. மனசு நெறைஞ்சிருக்கு” என்ற ஜான், சுருட்டு டப்பாவுடன் வெளியே வந்தான்.

ஜானுக்கு இருந்த ஒரே கவலை ‘விக்டோரியாவுக்குக் கல்யாணம் செய்து வைக்க வேண்டும்’ என்பதுதான். அந்தக் கவலை தீர்ந்ததால் அவனது மனம் பஞ்சைவிட மென்மையாக இருந்தது.

மனைவியாலும் மகளாலும் தனது வாழ்க்கை முழுவதும் சந்தோஷம்! என்ற நினைப்புடன் கடலை நோக்கி நடந்தான் ஜான்.

✵

20

தங்கக்கண்ணுக்கு இரவெல்லாம் தூக்கமே வரவில்லை.

அலைவாய்க் கரையிலிருந்து வீட்டுக்கு வரும்போது பால்துரை, பண்டாரக்குட்டி எல்லோரும் பேசிக்கொண்டது தங்கக்கண்ணின் காதில் விழுந்தது. அதன்பிறகு அவளது மனம் முழுவதும் அவர்களின் பேச்சிலேயே இருந்தது. பின்னால் மெதுவாக நடந்து அவர்கள் பேசியதன் சாரத்தை அவள் புரிந்துகொண்டாள்.

பாதிரியாரைக் கொலை செய்வதற்குத் திட்டம் தீட்டுகிறார்கள் என்பது அவளுக்குத் தெளிவாகப் புரிந்துவிட்டது.

உடனே போய் பாதிரியாரிடம் சொல்லிவிடலாம் என்றுதான் நினைத்தாள். விடியுமுன் போய்ச் சொன்னால் யாருக்கும் தெரியாது என்று கொஞ்சம் பொறுமையாக இருந்தாள்.

இரவெல்லாம் 'திடுக்... திடுக்...' என்று விழித்துக்கொண்டிருந்தாள். நான்கு மணிக்கெல்லாம் வீட்டுக்கு வெளியே வந்தாள். 'விடிவெள்ளி' இன்னும் முளைக்கவில்லை. முற்றத்திலேயே நின்றாள். விடிவெள்ளி முளைத்ததும் நேரே மணக்குடிக்கு நடந்தாள்.

ரோட்டுப் பக்கமாக நடந்தால் யாராவது பார்த்துவிடுவார்கள் என்று தெற்குப் பக்கமாக நடந்தாள். வயலைத் தாண்டிக் கடற்கரைக்கு வந்தாள்.

இவ்வளவு அதிகாலையில் யாரும் கடற்கரைக்குத் தனியாக வரமாட்டார்கள். தங்கக்கண் எதைப்பற்றியும் கவலைப்படவில்லை. விறுவிறுவென்று நடந்துபோய்க் கொண்டிருந்தாள். நான்கரை மணிக்கெல்லாம் கடற்கரையில் இடிந்து கிடந்த கோட்டைப் பக்கம் வந்துவிட்டாள். இன்னும் பத்து நிமிடத்தில் பாதிரியார் வீட்டுக்குப் போய்விடலாம்.

இப்போது தங்கக்கண்ணுக்கு இன்னொரு பிரச்னை தோன்றியது. 'இந்த அதிகாலை வேளையில் பாதிரியார் வீட்டுக்கு அவளால் எப்படித் தனியாகப் போக முடியும்' என்பதுதான் அந்தப் பிரச்னை.

வேகத்தைக் குறைத்தபடி மெதுவாக நடந்தாள். கடலில் விழுந்து தற்கொலை செய்துகொள்ளப்போன அன்று தங்கக்கண்ணுக்குக் காப்பி கொடுத்த காப்பிக் கடைக்காரர் அந்தப் பக்கத்தில் வந்தார்.

"அண்ணே..." என்று கூப்பிட்டாள்.

"ஏ... என்ன? வெள்ளனையே இங்க வர்றாவு?" என்று கேட்டார் காப்பிக் கடைக்காரர்.

"அண்ணே... நம்ம சாமியார் மேல எங்க ஊர்க்காரங்க கோவமா இருக்காங்க. இதை எப்பிடியாவது சாமியார்கிட்ட சொல்லிடணும்னுதான் ஓடிவந்தேன்" என்றாள்.

"மெதுவாப் பேசும்மா... பகல்ல பக்கம் பாத்துப் பேசு. ராத்திரியில அதுவும் பேசாதன்னு பெரியவங்க சொல்லியிருக்காங்க. எவ்வளவு பெரிய விஷயத்தை இவ்வளவு சாதாரணமா சொல்றீயே!" என்றார் கடைக்காரர்.

"சத்தியமா நெசத்தைத் தாங்க சொல்றேன். கொஞ்சம் எனக்கக்கூட வாங்க" என்றாள் தங்கக்கண்.

இருவரும் பாதிரியார் வீட்டை நோக்கி நடந்தார்கள். அவரது வீடு உள்பக்கமாகப் பூட்டியிருந்தது.

கதவைத் தட்டினார் காப்பிக் கடைக்காரர்.

பாதிரியார்தான் வந்து கதவைத் திறந்தார். "தோத்திரம் சாமி" என்றார் காப்பிக் கடைக்காரர். "என்ன விஷயம்?" என்று கேட்பதுபோல் பார்த்தார் பாதிரியார்.

சாதாரணமாகப் பாதிரியார் வீட்டுக்கு எல்லோரும் போவது இல்லை. ஏதாவது அவரிடம் கேட்கவேண்டும் என்றால் தேவாலயத்தில்தான் கேட்பார்கள். முக்கியஸ்தர்கள்தான் அவரது வீட்டுக்குப் போவார்கள்.

பின்னால் படிக்கட்டுக்குக் கீழே நின்ற தங்கக்கண்ணைக் காட்டினார் காப்பிக் கடைக்காரர்.

ஸ்தோத்திரம் என்று சொல்லாமல் வணக்கம் என்று சொல்வதுபோல் கைகளைக் குவித்தாள் தங்கக்கண்.

பதில் வணக்கம் சொன்ன பாதிரியாருக்குத் தங்கக்கண்ணை உடனே அடையாளம் தெரிந்துவிட்டது. மேலே அழைத்தார். மெதுவாகப் படியேறி வந்தாள் அவள்.

இருவரையும் வீட்டுக்குள் அழைத்து உட்காரச் சொன்னார். இருவரும் உட்காரவில்லை.

“உட்காருங்க” என்று மீண்டும் சொன்னதும் காப்பிக்கடைக்காரர் உட்கார்ந்தார். தங்கக்கண் உட்காரவில்லை.

“உட்காரும்மா” என்று பாதிரியார் சொன்னதற்கு “இல்லை சாமி, நான் நிக்கிறேன்” என்று பதில் சொன்னாள்.

“சரி, பரவாயில்லை என்ன விஷயம்? இவ்வளவு காலையிலேயே வந்திருக்கீங்க?” என்று கேட்டார் பாதிரியார்.

“சாமி கொஞ்சம் எச்சரிக்கையா இருக்கணும். ஒங்களை...” என்று நிறுத்திய தங்கக்கண் அங்கும் இங்கும் பார்த்தாள்.

“இங்கே யாரும் இல்லை. நீ தைரியமா சொல்லும்மா” என்றார் பாதிரியார்.

“ஒங்களைக் கொல்றதுக்கு எங்க ஊருல திட்டம் போட்டிருக்காங்க”

“நான் என்னம்மா தப்புப் பண்ணினேன்? என்னை எதுக்குக் கொல்லணும்?”

“அரிசி கொண்டுவந்த அன்னைக்கி நீங்க போலீசுக்குச் சொன்னீங்களாம். அதுனாலதான் ஒங்கமேல கோவமா இருக்காங்க.”

“நான் வந்த காரைத் தடுத்து என்னையே அடிச்சியிருக்காங்க. அதைப் போலீஸ்லே சொல்றது தப்புன்னா?”

“ஐயா... நீங்க கொஞ்சம் கவனமா இருங்க ஐயா. குருசடியில அல்லது கடற்கரையில் ஒங்களைக் கொல்லணும்னு

பேசிக்கிட்டாங்க. இன்னைக்கே வந்தாலும் வருவாங்க. எதுக்கும் நீங்க எப்பவும் ஒங்ககூட நாலுபேரை வச்சுக்கோங்க" என்றாள் தங்கக்கண்.

அன்பு பொங்கும் ஒரு தாயின் வடிவில் தங்கக்கண்ணைப் பார்த்தார் பாதிரியார். "நீங்க பெரியவங்களாயிட்டீங்கம்மா. ஒங்க ஊர்க்காரங்ககிட்ட இருந்து என்னைக் காப்பாத்தறதுக்கு இந்த அதிகாலையிலேயே நீங்க இங்க வந்திருக்கீங்க. நீங்க இப்பப் போகாதீங்க. இங்கேயே இருங்க" என்ற பாதிரியார், காப்பிக் கடைக்காரரை அனுப்பி வைத்தார்.

தங்கக்கண்ணுக்கு அங்கே இருப்பது முள்ளின்மேல் இருப்பதுபோல் இருந்தது. புதிய இடம் என்பதால் மட்டுமல்ல, இப்படிப்பட்ட இடங்களே தங்கக்கண்ணுக்கு இதுவரை அறிமுகம் ஆனதில்லை.

தனது உயிரைக் காப்பாற்றிய ஒருவர், அதுமட்டுமல்லாமல் ஒரு சகோதரனைப்போல் தனது தொழிலுக்குப் பணம் தந்து உதவிய ஒருவரைக் கொல்ல முயற்சி செய்கிறார்களே அதை எப்படியாவது தடுக்கவேண்டும் என்றுதான் ஓடிவந்தாள்.

நேரம் நன்றாக விடிந்துவிட்டது.

ஆல்டர் பாய்ஸ்களில் ஒருவரை அழைத்து ஒரு கார் கொண்டுவரச் செய்தார்.

கார் வந்ததும் அதில் தங்கக்கண்ணைப் போகச் சொன்னார் பாதிரியார்.

தங்கக்கண் காரில் போவதற்குச் சம்மதிக்கவில்லை. "எனக்கு இதில எல்லாம் போய் பழக்கம் இல்லை சாமி"

"பழக்கம் இருக்கு, இல்லங்கறதுக்காக இல்லை. ஊரு கெட்டுப்போய்க் கெடக்கு. இந்த ஊர்க்காரனுவ மொரடனுவ. ஒன்னை அடிச்சுப் போட்டுட்டானுவன்னா என்ன பண்றது? அதுக்குத்தான் கார்" என்றார் பாதிரியார்.

அதற்குமேல் தங்கக்கண்ணால் எதிர்த்துப் பேச முடியவில்லை. 'சரி' என்று காரில் ஏறிப் புறப்பட்டுப் போனாள்.

❋

21

எப்போதும்போல் பூஜையை முடித்துவிட்டு, சர்ச்சிலிருந்து வெளியே வந்தார் பாதிரியார். ரோட்டில் நின்றவர்கள் சொன்ன ஸ்தோத்திரத்தை ஏற்றுக்கொண்டே குருசடியை நோக்கி நடந்தார்.

எப்போதும் குருசடிக்குப் போகும்போது அவரது மனம் காற்றைவிடக் கனம் குறைந்து இருக்கும். இன்று ஏனோ அவரது மனம் கல்லைவிடப் பாரமாக இருந்தது.

உயிருக்குப் பயந்ததால் வந்த பாரம் அல்ல அது. இந்து, கிறிஸ்தவன் என்ற பேதம் இல்லாமல் எல்லாருக்கும் நல்லது செய்ய நினைக்கும் நம்மைக் கொல்வதற்கும் திட்டம் தீட்டிவிட்டார்களே என்று நினைத்ததால் ஏற்பட்ட பாரம்தான் அது. திட்டமிட்டுக் கொல்ல நினைப்பவர்களின் திட்டத்தை முறியடிக்க நம்மையும் திட்டமிட வைத்துவிட்டார்களே என்ற பாரம்தான் அது.

உலக மக்களின் பாவங்களை எல்லாம் தாங்கி இரட்சிக்க வந்த இயேசுவைச் சிலுவையில் அறைந்தவர்களும் மனிதர்கள்தானே.

தூரத்தில் அதிதூதரான மிக்கேல், கையில் ஈட்டியுடன் பிசாசைக் கொன்று கொண்டிருந்தார். அந்த வான தூதுவனின் முதுகில் இறக்கைகள் விரிந்து நின்றன.

குருசடிக்கு அருகில் வந்த பாதிரியார் முழங்காலிட்டு நின்றார். எப்போதும் அவர் இப்படி முழங்காலிட்டு நின்றதில்லை. அந்தக் குருசடியின் பாதுகாவலர் என்ற தோரணையில்தான் வந்துவிட்டுப் போவார்.

அதிதூதரான மிக்கேலை வணங்காததால்தான் இந்தத் துன்பம் தனக்கு வந்திருப்பதாக வருந்திய பாதிரியார் முழங்காலில் நின்றபடி, "நாம் பலவீனரான சிருஷ்டிகள் நாம் நடக்கவேண்டிய பாதையோ நீண்டது. கடினமானது. எனினும் நாம் பயப்படத் தேவையில்லை. மிகுந்த பிரமாணிக்கமுள்ள, விவேகம் நிறைந்த வல்லமை கொண்ட காவல் தூதர்கள் நம்மை வழிநடத்தட்டும். என்காவல் தூதரே! ஆன்ம, உடல் ஆபத்துகளிலிருந்து என்னைக் காப்பாற்றும்" என்று கண்களை மூடியபடி முணுமுணுத்துக் கொண்டிருந்தார் சூசை பாதிரியார்.

குருசடியின் பின்னாலிருந்த தோப்புக்குள்ளிருந்து மூன்று பேர் வந்தார்கள். குருசடிக்குத் தெற்குப் பக்கத்திலிருந்து ஐந்துபேர் அந்த மூன்று பேரை நோக்கிப் போனார்கள்.

பாதிரியார் இவை எதிலும் மனத்தைச் செலுத்தவில்லை. அதிதூதரான காவல்தூதர் மிக்கேலின் உருவமே அவரது மனம் முழுவதும் நிறைந்திருந்தது. அவரது வாய் அதிதூதரின் ஜெபத்தை ஜெபித்துக்கொண்டேயிருந்தது.

தெற்குப் பக்கத்திலிருந்து போன ஐந்து பேரின் தாக்குதலையும் மீறி மூன்று பேரில் ஒருவன் வெட்டரிவாளுடன் பாதிரியார் மேல் பாய்ந்து வந்தான்.

கண்களை மூடிக்கொண்டிருந்த பாதிரியாருக்கு இவை எதுவுமே தெரியாது.

அவன் பாதிரியாரை வெட்டுவதற்கு ஓங்கும்போது ஒரு ஈட்டி வந்து அந்த வெட்டரிவாளைத் தட்டிவிட்டது.

சத்தம் கேட்ட பாதிரியார் எழுந்து பார்த்தார். மிக்கேல் தூதரின் கையில் ஈட்டி இல்லை. வெட்டரிவாளும் ஈட்டியும் கீழே கிடந்தன.

அதற்குள் பாதிரியாரை வெட்டுவதற்குப் பாய்ந்தவனை ஓடிவந்து பிடித்துக்கொண்டார்கள் மற்றவர்கள். அவர்களது பிடியிலிருந்து அவன் திமிறி ஓடினான். அவனுடன் வந்த இருவரும் ஓடிவிட்டார்கள். அவர்களை விரட்டிக்கொண்டு நான்கைந்து பேர் ஓடினார்கள்.

சத்தம் கேட்டு, பக்கத்திலிருந்த வீட்டுக்காரர்கள் அங்கே ஓடிவந்தார்கள்.

எதுவும் நடக்காததுபோல் எழுந்து நின்றார் பாதிரியார்.

விரட்டிக்கொண்டு ஓடிப்போனவர்களுக்குப் போக்குக் காட்டிவிட்டு அவர்கள் மூவரும் ஓடிப்போய்விட்டார்கள். விரட்டிக்கொண்டுபோன அவர்களும் குருசடிக்கு வந்து சேர்ந்தார்கள். எப்போதும் குருசடியிலிருந்து தனியாகக் கடற்கரைக்குச் செல்லும் பாதிரியார் இன்று கூட்டமாகப் போனார்.

கூட்டமாகப் போனதால் அவர் கடற்கரையில் ரொம்ப நேரம் நிற்க விரும்பவில்லை. போன கொஞ்சநேரத்திலேயே சர்ச்சுக்குத் திரும்பிவிட்டார்.

சர்ச் வரை கூடப்போனவர்கள், பாதிரியார் வீட்டுக்குள் போனதும் வெளியே நின்றார்கள்.

"பாதிரியாரைக் கொல்றதுக்கு மூணு பேர் வந்தாங்கன்னு போலீசுக்குச் சொல்லலாமே" என்றார் ஒருவர்.

"அதை எல்லாம் சாமி பாத்துக்குவாரு. நாம இங்க காவலுக்கு நிக்கணுமா? இல்லை போலாமா? அதைச் சொல்லும்" என்றார் இன்னொருவர்.

"எதுக்கும் சாமியாரைக் கேட்டுட்டுச் செய்வோமே" என்றார் ஒருவர். 'அதுதான் சரி' என்று எல்லோரும் ஏற்றுக்கொண்டார்கள்.

பாதிரியாரின் வீட்டுக் கதவைத் தட்டினார் ஒருவர். பதற்றம் எதுவும் இல்லாமல் கதவைத் திறந்துகொண்டு வெளியே வந்தார் பாதிரியார்.

"வாங்க, உள்ளே வாங்க..." என்று உள்ளே அழைத்துப்போனார் பாதிரியார்.

கதவு திறந்தே கிடந்தது.

"சாமி, நாம போலீசுக்குச் சொன்னா என்ன?"

"போலீசுக்குச் சொன்னா, என்ன செய்வாங்க. பிடிச்சுட்டுப் போவாங்க. ஒரு வாரத்தில ஜாமீன்ல வெளியே விடுவாங்க.

முகிலை இராசபாண்டியன் | 137

கோபந்தான் இன்னும் கூடும். ஒங்களைப்போல நல்ல ஜனங்க இருக்கிற வரைக்கும் எனக்குக் கவலையில்லை. கர்த்தர் பாவிகளைத்தான் தண்டிப்பார். நான் பாவின்னா அவர் தண்டிக்கட்டும். எனக்கப் பாதுகாப்பை நான் மிக்கேல் தூதர் மேல போட்டாச்சு" என்றார் பாதிரியார்.

"நாங்களும் இங்க பாதுகாப்பா நிக்கிறோம்."

"ஒங்களுக்கு எதுக்குத் தொந்தரவு. இன்னைக்கிக் காலையில அஞ்சு பேரை ஏற்பாடு பண்ணுனதே தப்புன்னு நெனைக்கிறேன். நீங்க ஒங்க தொழிலைப் பாருங்க. நான் பாத்துக்கிடுறேன். கர்த்தர் எல்லாரையும் காப்பார்" என்று சொல்லி அவரையும் மற்றவர்களையும் அனுப்பி வைத்தார் பாதிரியார்.

கதவைப் பூட்டிவிட்டு உள்ளே வந்து ஓய்வாக இருந்த பாதிரியாருக்கு மனம் வலித்தது.

'மனிதனாகப் பிறந்தவர்கள் ஏன்தான் இப்படி மற்றவர்களைக் கொல்வதற்கு வெறிபிடித்து அலைகிறார்களோ? இந்த உலகில் வாழ்கிற கொஞ்ச நாளையும் சமாதானமாகக் கழிக்காமல் இப்படிச் சண்டை போட்டுக்கொண்டு வீணாக்குகிறார்களே' என்று எண்ணி வருந்தினார்.

✵

22

பாதிரியாரைக் கொல்வதற்கு வந்த மூன்று பேரில் ஒருவன் குட்டிக்கண். மற்ற இருவரும் மண்டைக்காட்டுக்காரர்கள்.

மூவரும் நேரே கோயில்விளைக்குப் போனார்கள். அங்கே பத்து பதினைந்துபேர் காத்து நின்றார்கள்.

“என்ன ஆச்சு, போன காரியம்?”

“காரியம் பழுக்கல்லை...”

“என்ன ஒளர்றீங்க? எல்லா ஏற்பாடும் பண்ணிட்டுப் போனீங்களா? இல்லை தடி மாடுபோலப் போய் நின்னுட்டு வர்றீங்களா?” என்று கோபப்பட்டார் பால்துரை.

“ஏற்பாடு எல்லாம் சரியாப் பண்ணிட்டோம். தோப்புக்குள்ளே மறைஞ்சிருந்தோம். பாதிரியாரும் தனியாத்தான் வந்தாரு. வந்து குருசடிக்கு முன்னால முழங்கால் போட்டு நின்னாரு.

சாக்கு போட்டு மூடி, தோப்புக்குள்ளே கொண்டுவந்து தீர்த்துக்கட்டினா யாருக்கும் தெரியாதுன்னுதான் நாங்க போனோம். ஆனா, நாம போட்ட திட்டம் எப்படியோ அவருக்குத் தெரிஞ்சுபோயிருக்குது. அவரு அஞ்சு பேரைப் பாதுகாப்புக்காகப் பதுக்கி வச்சிருந்தாரு. ஆனாலும், எப்பிடியாவது வெட்டிச் சாச்சிடுவோம்னு நான் அவர்மேலச் சாடினேன். ஆனா, எவனோ ஒருத்தன் மிக்கேல் கையில இருந்த ஈட்டியைத் தூக்கி எறிஞ்சி வெட்டரிவாளைத் தட்டிவிட்டுட்டான். ஊர் சனம் ஓடிவந்திடுச்சு...” என்று குட்டிக்கண் சொன்னதைக்கேட்டதும் அங்கே இருந்தவர்கள் எல்லோரின் முகத்திலும் ஒரே கேள்வி எழுந்தது. ‘நாம பாதிரியாரைக் கொல்லப் போறோங்கற செய்தி எப்படி அவருக்குத் தெரிஞ்சது?’ என்பதுதான்.

எல்லோரும் அமைதியாக இருந்தார்கள். ஒவ்வொருவரும் முகத்தைப் பார்த்துக்கொண்டார்களே தவிர யாருக்கும் விடை தெரியவில்லை.

அப்போது அங்கே பாலையா வந்தார்.

"என்னலே பொடியன்மாரெல்லாம் சேர்ந்து என்னமோ பண்றீங்களாமே? அந்தப் பாதிரியாரைக் கொல்லப் போனீங்களாமே? எனக்கு எல்லாத் தகவலும் வந்துடும். பெரிய வம்புல மாட்டிக்கிடுவீங்கலே... கொலை கேசுல மாட்டினா ஆயுசுக்கு வெளியே வரமுடியாது. தெரியுமா? வெளையாட்டுன்னு நெனச்சுக்கிட்டீங்களா? நம்ம தங்கக்கண்ணு இல்லன்னா எல்லாப் பயலுவளும் கொலை கேசுல மாட்டியிருப்பீங்க" என்றபடி அலைவாய்க் கரைக்குப் போனார் பாலையா.

"நான் நெனைச்சது சரியாப் போச்சு. நேத்தைக்கு நாம பேசிக்கிட்டு இருக்கும்போது தங்கக்கண்ணும் வேற ரெண்டு பொம்பளைகளும் இந்தப் பக்கமா போனாங்க. அவங்க மூணு பேர் மேலயும் எனக்குச் சந்தேகம் இருந்துச்சு. இப்பத்தான் தெரியுது. தங்கக்கண்ணுதான் செய்திருக்கிறான்னு" என்றான் குட்டிக்கண்.

"ஓகோன்னான்! அதுனாலதான் இன்னைக்குக் காலையில கார்ல வந்து எறங்கினாளா? விடியறதுக்கு முன்னால போய்ச் சொல்லிட்டு வந்துட்டாளே!" பொருமினார் பால்துரை.

"நம்ம ஊருக்குள்ளேயே ஒருத்தி, மீன்காரனுவளுக்கு சப்போர்ட் பண்றதைப் பாத்துட்டுச் சும்மா இருக்கணுமா?"

"விடப்புடாது ஓய்! மொதல்ல இவளச் சோலிய முடிப்போம் ஓய்! அப்பதான் அவனுவளுக்கும் தெரியும்" என்றான் குட்டிக்கண்.

"கொஞ்சம் பொறுமையா இருடே..."

"பின்ன என்னண்ணே... காதும் காதும் வச்சாப்புல இன்னைக்கு அந்தப் பாதிரியை முடிச்சிருப்போம். இந்த ......யா பண்ணின காரியத்துல மாட்டிக்கிட்டு முழிக்க வேண்டியில்லா போயிடுச்சு"

"சரி! நடந்தது நடந்துபோச்சு. விடுவியா..."

“விடுறதா? இன்னைக்குச் சங்கை அறுக்காம விடமாட்டேன் ஓய்’’

“குட்டிக்கண்ணு சொல்றதுதான் சரி ஓய். அவ, அந்தப் பாதிரிக்க ஆளு. அவ எதுக்கு நம்ம ஊருக்குள்ளே இருக்கணும்? இந்த ஊருல மட்டும் இல்லை, இந்த ஓலகத்திலேயே இருக்கப்புடாது ஓய்...” என்றார் பால்துரை.

“இதுக்குமேல இதை இப்ப பேசிக்கிட்டு நிக்காதீங்க. வாங்க போலாம்” என்றபடி எழுந்தார் செல்லக்கண்.

ஒவ்வொருவராக எழுந்து நடக்கத்தொடங்கினார்கள்.

இரவு பத்து மணி இருக்கும். மீண்டும் ஒவ்வொருவராக வந்தார்கள். அவர்கள் கூடிய இடத்திலிருந்து ஒரு ஃபர்லாங்கு தூரத்தில்தான் தங்கக்கண்ணின் வீடு இருந்தது.

இரண்டுபேர் தங்கக்கண் வீட்டை நோக்கி நடந்தார்கள். அருகில் வந்ததும் கதவைத் தட்டினார்கள்.

உள்ளேயிருந்து “யாரு?” என்ற குரல் வந்தது. அந்தக்குரலில் லேசான நடுக்கம் தெரிந்தது.

தங்கக்கண் உள்ளேதான் இருக்கிறாள் என்று தெரிந்ததும் கதவை வேகமாக முட்டித்தள்ளினார் செல்லக்கண். கதவு தானே பேர்ந்து விழுந்தது.

தங்கக்கண் பயந்துபோய் எழுந்து நின்றாள். அவளது தலைமுடியைப் பிடித்து வெளியே இழுத்தான் குட்டிக்கண்.

“ஐயோ கொல்றாங்களே” என்று கத்தத் தொடங்கினாள் தங்கக்கண். அடுத்த நொடியில் அவளது வாய்க்குள் கையை வைத்த பால்துரை தனது தோளில் கிடந்த துண்டால் அவளது வாயை இறுக்கமாகக் கட்டினார்.

அவர்களின் கூட வந்தவர்களில் ஒருவன், தனது கையிலிருந்த கயிற்றால் அவளது இரண்டு கைகளையும் சேர்த்துக் கட்டினான்.

தங்கக்கண், உடலை திமிறிக் கால்களால் உதைத்தாள். உடனே அவளது கால்களையும் கட்டிவிட்டார்கள். கையும் காலும் வாயும் கட்டிய நிலையில் வெளியே கிடந்த அவள் புழுவைப்போல் துடித்தாள்.

"எங்களையா காட்டிக் குடுக்கிறே? இந்த ஊருக்காரனுவளைவிட ஒனக்கு அந்தப் பாதிரி ஒசத்தி இல்லையா?" என்ற செல்லக்கண் அவளது தலைமுடியைப் பிடித்துத் 'தரதர'வென்று இழுத்துக்கொண்டு போனார்.

மண்ணிலும் கல்லிலும் இழுபட்ட தங்கக்கண்ணின் உடல் முழுவதும் சிராய்ப்புகள்.

வானத்தில் நிலவு இல்லை. நட்சத்திரங்கள் மட்டும் லேசாய்க் கண்களை மூடுவதும் திறப்பதுமாய் இருந்தன.

தோப்பைத் தாண்டி வயலுக்குள் இழுபடும்போதே தங்கக்கண் மயக்கமாகிவிட்டாள். எதைப்பற்றியும் கவலைப்படாமல் மாறிமாறி அவளை இழுத்துக்கொண்டு போனார்கள்.

கோட்டையைத் தாண்டிப் போகும்போது தாழம்புதரில் அவளது சேலை சிக்கியது. சேலையைப் பத்திரமாகக் கிழியாமல் எடுத்து அவள் மேல் போட்டபடி இழுத்துக்கொண்டு போனார்கள்.

கடற்கரையில் உள்ள மணல் தேரியில் அவளைக் கொண்டுவந்து போட்டார்கள்.

அந்தத் தேரியிலேயே ஐந்தடி ஆழத்திற்குப் பள்ளம் தோண்டினார்கள். மயங்கிய நிலையில் இருந்த அவளை அப்படியே தூக்கி நிறுத்தினார்கள். அவளது கழுத்துவரை மண்ணைப்போட்டு மூடி மிதித்தார்கள். தங்கக்கண்ணின் வாயில் கட்டியிருந்த துணியை அவிழ்த்தார் பால்துரை.

எல்லோரையும் தள்ளிப்போகச் சொன்னார் செல்லக்கண். எல்லோரும் ஒதுங்கினார்கள். அடுத்த நொடியில் செல்லக்கண்ணின் கையிலிருந்த வெட்டரிவாள் தங்கக்கண்ணின் தலையைத் தனியே பேர்த்து எடுத்து, தேரிமண்ணில் போட்டது.

கழுத்திலிருந்து ரத்தம் பீறிட்டு அடித்தது. மயங்கிய நிலையிலேயே தங்கக்கண் மடிந்துவிட்டாள்.

❄

23

கடற்கரையில் தங்கக்கண் கொலை செய்யப்பட்டுக்கிடந்த செய்தி மணக்குடி ஊர் முழுவதும் காலையிலேயே பரவிவிட்டது.

அதை அறிந்த சூசை பாதிரியார் அழுதுவிட்டார். "என்னைக் காப்பாற்றுவதற்காகத் தனது உயிரைக் கொடுத்துவிட்டாளே" என்று புலம்பினார்.

அன்று அவரால் பூஜை நடத்த முடியவில்லை. கன்னியாகுமரி போலீஸ் ஸ்டேஷனுக்கு உடனே போன் பண்ணினார். போலீஸ்காரர்கள் வந்து பலரைப் பிடித்து விசாரித்தார்கள். யாருக்கும் எதுவும் தெரியவில்லை. கொலையில் சம்பந்தப்பட்டவர்கள் யாருமே அங்கே இல்லை. கொலையில் சம்பந்தப்பட்டவர்களில் யாரும் அந்தப் பகுதியில் உள்ளவர்களும் இல்லை. அதனால் போலீசாரால் யாரையும் கைது செய்ய முடியவில்லை.

கோயில்விளை, முகிலன் குடியிருப்பு ஊர்முழுவதும் ஆள் நடமாட்டமே இல்லை. எல்லோரும் அவரவர் வீட்டுக்குள் இருந்து தங்கக்கண்ணின் கொலையைப் பற்றியே பேசிக் கொண்டிருந்தார்கள். பலர் வீட்டைப் போட்டுவிட்டு, தங்கள் சொந்தக்காரர்கள் இருக்கும் ஊர்களுக்குப் போய்விட்டார்கள்.

'இதுவரை அந்தப் பகுதியில் இப்படி ஒரு கொடூரக்கொலை நடந்ததே இல்லை. எப்படி இவ்வளவு துணிச்சல் வந்தது இவர்களுக்கு' என்று பலரும் ஆச்சரியப்பட்டார்கள்.

கடற்கரையில் பெருங்கூட்டம் கூடிவிட்டது. தலை வேறு உடல் வேறாகக் கிடந்த தங்கக்கண்ணின் உடலைப் பார்ப்பதற்கு எல்லாரும் பயந்தார்கள். ஆனால், பார்த்தவர்களே மீண்டும்

மீண்டும் பார்த்தார்கள். போலீஸ்காரர்கள் எத்தனை தடவை விரட்டினாலும் கூட்டம் நிற்கவில்லை. உடலைப் போஸ்ட்மார்ட்டத்திற்குக் கொண்டுபோவதற்கு மத்தியானம் ஆகிவிட்டது.

அதன்பிறகும் கடற்கரையில் ரத்தம் பீறிட்டுக் கிடப்பதையும் தலைகிடந்த இடத்தையும் உடல் நிறுத்தப்பட்டிருந்த பள்ளத்தையும் பார்த்துக்கொண்டு போனார்கள்.

"இப்பிடியா வெறித்தனமா சனங்க இருக்கும்? சாதிக்காகவும், மதத்துக்காகவும் இப்பிடி வெட்டிட்டு மாயுறாங்களே..." என்று சிலர் வாய்விட்டுப் பேசினார்கள்.

பேசுவதற்குப் பயந்த பலர் அப்படியே வாயடைத்துப்போய் நின்றார்கள்.

மணக்குடிக்காரர்கள் யாரும் அந்தப் பகுதிக்கு வரவில்லை என்றாலும் தங்கள் ஊரைச் சேர்ந்த ஒரு பெண் கொலை செய்யப்பட்டதாகவே அவர்கள் கருதினார்கள்.

பாதிரியாரைக் கொலை செய்ய வந்து முடியாமல் போன கொலைவெறியர்கள், பாதிரியாரைக்காப்பாற்றிய தங்கக்கண்ணைக் கொன்றுவிட்டார்கள் என்ற செய்தி மணக்குடி ஊர் முழுவதும் பரவிவிட்டது.

புருஷனும், பிள்ளையும் இல்லாத தங்கக்கண்ணின் உடலைப் போஸ்ட் மார்ட்டம் முடிந்த பிறகு யாரும் வாங்கத் தயாராக இல்லை.

பாதிரியாரே நேரில் போய் உடலைப் பெற்றுக்கொண்டார். கோட்டாறில் ஒரு பெட்டி வாங்கி அதில் கறுப்புத் துணி தைத்து அதன்மேல் சிலுவைக் குறிபோட்டார்கள். அதில் தங்கக்கண்ணின் உடலை வைத்து, காரில் மணக்குடிக்குக் கொண்டுவந்தார்கள்.

குருசடிக்குப் பின்னால் உள்ள கல்லறைத் தோட்டத்தில் கொண்டுபோய் இறக்கினார்கள். ஏற்கனவே பெரிய குழி வெட்டி வைத்திருந்தார்கள்.

சொந்தச் சகோதரி கொலை செய்யப்பட்டதுபோல் வருத்தப்பட்டார் பாதியார்.

அவரால் ஜெபம் செய்ய முடியவில்லை. சொற்கள் தடுமாறின. பன்னீர்ச் செம்பிலிருந்து பன்னீரைத் தெளிக்கும்போது பன்னீர்ச் செம்பு நழுவி விழுந்தது.

மணக்குடியில் உள்ள மக்கள் எல்லோரும் அந்தக் கல்லறைத் தோட்டத்தில் கூடிவிட்டார்கள். தங்கள் சொந்தக்காரர் யாரையோ வெட்டிக்கொன்றுவிட்டதுபோல் எல்லோரும் வருத்தப்பட்டார்கள்.

பெட்டியில் கயிற்றைக் கட்டி, குழிக்குள் இறக்கினார்கள். பாதிரியார் பூவையும் மணலையும் குழிக்குள் போட்டார். போடும்போது அவரது கண்களிலிருந்து கண்ணீரும் அந்தக் குழிக்குள் விழுந்தது.

ஒவ்வொருவராக வந்து பூவையும், மண்ணையும் குழிக்குள் அள்ளிப்போட்டார்கள். மணக்குடியில் உள்ளவர்கள் பெரும்பாலோர் மண் போட்டதால் குழியில் மண் நிறைய விழுந்திருந்தது.

பாதிரியாரால் நிற்க முடியவில்லை. உடனே அவரை உட்காரச் செய்தார்கள்.

குழிக்கு மேலிருந்த புது மண் எல்லாவற்றையும் வெட்டிப்போட்டுக் குழியை நிரப்பினார்கள்.

புதுமண் எதுவும் இல்லாமல் எல்லா மண்ணையும் அந்த மையக்குழிக்கு மேல் குவித்து நீள் செவ்வகமாக்கினார்கள். அந்த மண் உதிர்ந்து விழாமல் இருப்பதற்காக மண் வெட்டியின் பின்பக்கத்தால் தட்டித்தட்டிச் சீராக்கினார்கள். கல்லறையின் ஒரு முனையில் ஒரு சிலுவையை எடுத்து நட்டுவைத்தார்கள்.

பாதிரியாரை அழைத்துக்கொண்டு அந்தக் கல்லறைத் தோட்டத்தைவிட்டு வெளியே நடந்தார்கள். அவர்களோடு விக்டோரியாவும் ஜானும் பெஞ்சமினும் வந்தார்கள்.

பின்னால் வந்துகொண்டிருந்த விக்டோரியாவையே பெஞ்சமின் பார்த்துக்கொண்டு வந்தான். அதைக் கவனிக்காத விக்டோரியாவின் மனத்தில் வேறு ஏதேதோ ஓடிக்கொண்டிருந்தது.

✼

24

லீபுரத்துக்குப் பக்கத்தில் ஒரு வீட்டில் பதுங்கியிருந்ததாக செல்லக்கண்ணையும், பால்துரையையும் போலீஸ் பிடித்தார்கள்.

மண்டைக்காட்டுக்காரர்கள் இரண்டு பேரும் பஞ்சலிங்கபுரத்தில் பதுங்கியபோது பிடிபட்டார்கள். எல்லோரும் பிடிபட்டதை அறிந்த குட்டிக்கண் போலீஸ் ஸ்டேஷனில் போய் சரண்டர் ஆகிவிட்டான்.

ஐந்து பேர் மீதும் இரண்டு கொலை வழக்குகள் பதிவுசெய்யப்பட்டன. ஒன்று தங்கக்கண் கொலை வழக்கு.

வாழைத்தோப்பு, தென்னந்தோப்புகளை எல்லாம் அழித்துவிட்டுப் பொழியில் மாட்டி இறந்தவனும் கொலை செய்யப்பட்டதாகப் போலீசார் பதிவு செய்திருந்தார்கள். இந்த ஐந்து பேரும்தான் அவனையும் கொன்றதாகக் குறிப்பிடப்பட்டிருந்தது.

தினசரி போலீஸ் வேன் முகிலன் குடியிருப்புப் பகுதிகளில் ரோந்து போய்க்கொண்டிருந்தது.

மண்டைக்காட்டுக் கடற்கரையில் ஏற்பட்ட சிறு கலவரம் மதங்களுக்கு இடையே உருவான கலவரம் ஆனது. இப்போது அது சாதிக்கலவரமாய் வளர்ந்துவிட்டது. மணக்குடி, கோவளம், பள்ளம் முதலான கடலோர மக்களுக்கும் முகிலன்குடியிருப்பு, கோயில்விளை முதலான ஊர்களில் வாழ்கிறவர்களுக்கும் உள்ள கலவரமாக மாறிவிட்டது.

சிறு பொறியாக இருந்தது எப்படி இவ்வளவு பெரிய நெருப்பாகப் பற்றி எரிந்தது. அந்தச் சிறு பொறி நெருப்பாய்ப் பரவுவதற்கு யார் காரணம்?

அன்றாடம் கடலுக்குப்போய் மீன் பிடித்து அதை ஊர்க் காட்டுக்குள் கொண்டுபோய் விற்றால்தான் பிழைப்பு என்ற நிலையில் வாழ்பவர்கள் மீனவ மக்கள்.

அன்றாடம் வயலில் வேலை செய்து கிடைக்கிற கூலியில் வாழ்ந்து வருபவர்கள் ஊர்ப்புறத்து மக்கள். இப்படி அன்றாடங்காய்ச்சியாய் இருக்கிற இந்த இரு சாதி மக்களும் ஏன் மோதிக்கொள்கிறார்கள். எப்படி இவர்களுக்கு இந்தக் கொலைவெறி ஏற்பட்டது.

உண்மையிலேயே இவர்கள் கொலைவெறி பிடித்து அலைபவர்களா? இல்லை. மனிதாபிமானம் நிறைந்தவர்கள்தான்.

இவர்கள் அறிவை ஒதுக்கிவிட்டு உணர்ச்சியின் இழுப்புக்கு ஏற்ப நடந்துகொள்கிறார்கள். அந்த உணர்வை யாரும் தூண்டிவிடத் தேவையில்லை. தூண்ட நினைப்பவர்களின் குறிப்பை அறிந்தே இவர்கள் கொதித்துப்போகிறார்கள்.

தாங்களும் இந்த ஜனநாயக நாட்டில் எல்லா உரிமைகளும் கொண்டவர்கள், யாருக்கும் கீழானவர்கள் இல்லை என்பதை இன்னும் இவர்கள் உணரவில்லை.

திருவிதாங்கூர் மன்னர்கள் காலத்தில் சுசீந்திரம் தெருவிலும், பறக்கைத் தெருவிலும் கன்னியாகுமரி தெருவிலும் நடக்கக்கூடாது என்று தடை விதிக்கப்பட்ட மக்கள்தான் இவர்கள். இப்போது சுசீந்திரம், பறக்கை, கன்னியாகுமரிக் கோயில்களில் உள்ள சாமிகளுக்கெல்லாம் இவர்கள்தான் சொந்தக்காரர்கள்போல் அலைகிறார்கள்.

மன்னனின் பாதுகாப்பு இருப்பதுவரை இவர்களை ஒதுக்கிவைத்தவர்கள், மன்னராட்சி மறைந்து மக்களாட்சி வந்தபிறகு இந்தப் பாமர மக்களின் தயவால்தான் பிழைக்க முடியும் என்று உணர்ந்துகொண்டார்கள்.

இவர்களுக்குப் புதுப்பெயர்களை எல்லாம் சூட்டுகிறார்கள். முடிசூடும் பெருமாள் என்று பெயர் வைப்பதே தப்பு என்று சொல்லி அந்தப் பெயரை மாற்றியவர்கள் இப்போது 'நாம் எல்லோரும்...' என்று வேஷம் போடுகிறார்கள்.

நாகரீக வார்த்தைகளால் அலங்காரமாய்ப் பேசும் அவர்களின் வஞ்சகத்தை உணராத இந்த அப்பாவி மக்கள் அடிமாடுகள்போல் அழிகிறார்கள்.

இவர்களது பாட்டன், பூட்டன் கட்டிய கோயில்களில் உரிமை கொண்டாடிக்கொண்டு இவர்களையே உள்ளே வரக்கூடாது என்று சொன்னவர்கள் இன்று இவர்களின் தயவை மீண்டும் நாடுகிறார்கள்.

'உள்ளே வரக்கூடாது என்று நீ சொன்னால், எனக்கென்று தனி வழிபாட்டை ஏற்படுத்திக்கொள்வேன்' என்று தனிவழிபாடு கண்டவர்கள் இன்று தேன் தடவப்பட்ட நச்சு வார்த்தைகளில் மயங்கி உயிரை இழக்கிறார்கள்.

செல்லக்கண் ஜெயிலுக்குப் போய்விட்டதால் பிழைப்புக்கு வழியில்லாமல் அவரது மனைவி கூலி வேலைக்குப் போகிறாள். பள்ளிக்கூடத்துக்குப் போய்க்கொண்டிருந்த அவரது பிள்ளைகள் கதம்பல் அடிக்கப்போகிறார்கள்.

குட்டிக்கண்ணின் வருமானத்தை நம்பி வாழ்ந்துகொண்டிருந்த அவனது தாய், சாப்பாட்டுக்கு வழியில்லாமல் திண்டாடுகிறார். இரண்டு நாளாய்ப் பட்டினி கிடந்த அவர் இன்றுதான் கால் பக்கா அரிசி, கடன் வாங்கிக் கஞ்சி வைத்துக் குடித்தார்.

பிறந்தால் சந்தோஷம்தான்; இறந்தால் துக்கம்தான். சந்தோஷத்தையும் துக்கத்தையும் எத்தனை நாள் கொண்டாட முடியும்? உணர்ச்சிமயமான வாழ்க்கை என்றுமே நிரந்தரமாக இருக்காது. கற்பனைக் குதிரைக்குப் புல் தேவையில்லைதான். நிஜமான குதிரை, புல் இல்லை என்றால் எப்படி வாழும்?

நிஜத்தில் எல்லோருக்கும் வயிறு இருக்கிறது. அந்த வயிற்றில் பசியும் இருக்கிறது. அந்தப் பசிக்கு முன் எல்லாமே பறந்துபோகும்.

இரண்டு நாள் மகனைப் பிரிந்து அழுத குட்டிக்கண்ணின் தாயார் இன்று அழுவது மகனைப் பிரிந்ததால் அல்ல - பசியால்!

ஏதாவது வேலைக்குப் போனால்தான் பிழைக்க முடியும் என்ற நிலைக்கு வந்துவிட்ட அந்த வயதான தாய், பக்கத்து வீட்டில் வீடு பெருக்குகிறார், கக்கூஸ் கழுவுகிறார்.

❋

25

விக்டருக்கு வியாபாரம் சூடு பிடித்துவிட்டது. நாகர்கோயிலுக்குத் தெற்கே உள்ள எல்லா ஊர்களில் உள்ள தோல்களும் அவனுக்குக் கிடைக்கிறது. இடலாக்குடி முஸ்தஃபா வாரந்தோறும் ஒரு லோடு தோல்தான் இதுவரை அனுப்பிக்கொண்டிருந்தார். இப்போது இரண்டு லோடு அனுப்புகிறார். விக்டரால் முஸ்தஃபாவுக்கும் நல்ல லாபம் வருகிறது.

தாமரைக்குளத்திலிருக்கும் இறைச்சிக் கடையை அவனது சித்தப்பாவுக்கே கொடுத்துவிட்டான் விக்டர். அவரும் ஒவ்வொரு நாளும் மத்தியானத்துக்குப் பிறகு விக்டரின் கடைக்கு வந்து தோல் வரத்தைப் பார்த்துக்கொள்கிறார்.

மணக்குடிக்கும் மற்ற ஊர்களுக்கும் இடையே கலவரம் வந்த பிறகு விக்டோரியா அந்திக் கடைக்குப் போகவில்லை. ஆனால், நாள் தவறாமல் வழுக்கம் பாறைக்கு வந்துவிடுகிறாள். காலையிலேயே வந்தால் சாயங்காலம்தான் போகிறாள்.

தினந்தோறும் விக்டருக்கு மணக்குடியிலிருந்துதான் சாப்பாடு வருகிறது. அதுவும் விக்டோரியாவின் கையால் கிடைக்கிற சந்தோஷத்தில் விக்டர் கொஞ்சம் உப்பினாற்போல் இருக்கிறான்.

ஓரளவுக்குக் கலவரம் ஓய்ந்ததுபோல் இருந்தது. எப்போதும்போல் பஸ் ஓடத் தொடங்கியது. மணக்குடிக்காரர்கள் பயத்துடனே பஸ்ஸில் போய் வந்தார்கள்.

மணக்குடிக்காரர்களும் மற்ற ஊர்க்காரர்களும் முகத்தைப் பார்த்துக்கொள்வதோடு சரி. யாரும் வாயைத் திறந்து பேசுவதில்லை. பேசக்கூடாது என்றில்லை. பேசினால் ஏதாவது பிரச்னை வந்துவிடுமோ என்ற பயம்தான்.

ஏழு மணிக்கு விக்டோரியா பஸ்ஸில் மணக்குடியில் வந்து இறங்கினாள். வழுக்கம் பாறையிலிருந்து வந்த அவளது கையில் சாப்பாட்டுப் பாத்திரம் இருந்தது.

பஸ் நிறுத்தத்திலிருந்து தெற்கு நோக்கி நடந்து கடற்கரை ஓரத்தில் கிழக்குப் பக்கமாக நடந்தால் அவளது வீடு வரும்.

பஸ்ஸில் இறங்கிய விக்டோரியா நேரே தெற்கு நோக்கி வேகமாக நடந்தாள். கொஞ்சதூரம் நடந்ததும் அவளை யாரோ பின்தொடர்வதுபோல் உணர்ந்து திரும்பிப் பார்த்தாள். தொலைவில் இரண்டுபேர் வந்தார்கள். இருட்டு என்பதால் அவர்களின் முகம் தெரியவில்லை.

வேகமாக நடந்த அவள் பக்கத்திலிருந்த கடையில் அரிசி வாங்குவதற்காகப் போனாள்.

கடையில் கூட்டம் அதிகமாக இருந்தது. கடைக்கு முன்னால் நான்கைந்து பேர் நின்றார்கள்.

"அவனுவ மானஸ்தனுவ, தனக்க ஜாதிக்காரப் பொண்ணுண்ணுகூடப் பாக்காம கொன்னு போட்டானுவ. ஒங்களுக்கு ஏதுலே மானம்? மாக்கான் போல மீனைத் தின்னுக்கிட்டு மண்ணுல மல்லாக்கக் கெடக்கிறவனுவதான நீங்க..." என்றான் ஒருவன்.

"எங்களுக்கும் மானம், ரோஷம் எல்லாம் உண்டு. எல்லாரையும் ஒண்ணுபோலச் சொல்ற வேலையை வெச்சுக்கிடாதே..." என்றான் மற்றொருவன்.

"கரைக்காட்டுக்காரி, நம்ம சாமியாருக்குத் துப்பு சொன்னாங்கறாதல கொன்னவனுவ அளவுக்கு ஒனக்கு ரோஷம் இருக்கோ?"

"அந்த அளவுக்கு நமக்குக் கெடையாதுப்பா! நாங்க தாமரைக் கொளத்துக்காரனுக்கு டெய்லி சோறு குடுத்துட்டுல்லா வாறோம்..."

"அவனைக் கோட்டைக்குள்ளே கூட்டிட்டுப் போயில்லா வச்சிருக்கோம்" என்று அவர்கள் ஜாடையாகப் பேசியது விக்டோரியாவுக்குப் புரிந்தது.

கடையைவிட்டு வெளியே வந்து நடந்தாள் அவள்.

பின்னால் வந்தவர்களும் கடையில் நின்றவர்களும் விக்டோரியாவைப் பின்தொடர்ந்தார்கள். அவர்களில் பெஞ்சமினும் இருந்தான்.

"தாமரைக்கொளத்துக்காரனுக்கு மட்டுந்தான் கெடைக்குமா? இல்லை கேக்கிறவங்க எல்லாருக்கும் கெடைக்குமாடே...?"

"கேட்டுத்தான் பாப்போமே? கெடைச்சா லாபந்தான்..." என்றான் ஒருவன்.

விக்டோரியா போவதையும் அவளை பெஞ்சமினும் மற்றவர்களும் கேலி செய்வதையும் காப்பிக்கடைக்காரர் பார்த்துக்கொண்டிருந்தார்.

தொடர்ந்து கேலி செய்வதைக் கண்ட விக்டோரியா வேகமாக நடக்கத்தொடங்கினாள்.

பெஞ்சமினும் வேகமாக நடந்தான்.

ஏதோ நடக்கப்போகிறது என்று விக்டோரியாவின் உள்மனது சொன்னது. எதுவும் பேசக்கூடாது என்று வீட்டை நோக்கி ஓடினாள்.

குடிசைக்கு வெளியே ஜான் படுத்திருந்தான்.

"எதுக்கு மொவளே ஓடிவாறே?."

'அப்பாவிடம் சொல்வதா, வேண்டாமா?' என்று ஒரு நிமிடம் சிந்தித்தாள் விக்டோரியா. ஒருவேளை அப்பா கள்ளு குடித்திருந்தாலும் குடித்திருக்கலாம். இப்போது சொல்லவேண்டாம் என்று நினைத்துக்கொண்ட விக்டோரியா, "ஒண்ணும் இல்லைப்பா, நேரம் ஆயிடுச்சுன்னு ஓடிவந்தேன்" என்றாள்.

உள்ளே போன பிறகுதான் அரிசி வாங்கவில்லை என்றால் சமைக்க முடியாது என்பது அவளுக்கு உறைத்தது.

இப்போது அவளால் கடைக்குப் போக முடியாது. போனால் பெஞ்சமினும் மற்றவர்களும் வம்புக்கு வருவார்கள் என்பது தெளிவாகத் தெரிந்தது.

கொஞ்சநேரம் கழியட்டும் என்று பேசாமல் இருந்தாள். தாகமாக இருந்ததால் குடத்துக்குள் இருந்த தண்ணீரில் ஒரு தம்ளர் எடுத்துக் குடித்தாள்.

பெஞ்சமினை இதுவரை விக்டோரியா ஒரு பொருட்டாகக் கருதவில்லை. அவன் ஒரு புல் என்றுதான் நினைத்திருந்தாள். ஆனால், அந்தப் புல் இப்போது புதராக மண்டியதுபோல் உணர்ந்தாள். புல்லாக இருக்கும்போதே பிடுங்கி எறியத் தவறியதால் புதரை அழிக்கவேண்டிய கட்டாயத்தில் இருந்தாள் அவள்.

அவன் தனியாக இருந்தால் இப்போது விக்டோரியாவுக்குப் பயம் வந்திருக்காது. நாலுபேரைச் சேர்த்துக்கொண்டு பிரச்னையாக்கப் பார்க்கிறான் என்று தெரியும்போதுதான் பயம் வருகிறது.

இப்போதுதான் ஊர்ப் பிரச்னை எல்லாம் கொஞ்சம் ஓய்ந்திருக்கிறது. மீண்டும் நம்மால் பிரச்னை வந்துவிடக்கூடாது என்பதில் அவள் கவனமாக இருந்தாள்.

வெளியே வந்து பார்த்தாள் விக்டோரியா.

கடலின் சத்தம்தான் இரைச்சலாகக் கேட்டுக்கொண்டிருந்தது என்றாலும் கடைக்குப்போக அவளுக்குத் தைரியம் வரவில்லை.

ஜான், கண்ணை மூடித் தூங்கிக்கொண்டிருந்தான். "அப்பா..." என்று மெதுவாகக் குரல் கொடுத்தாள். "என்ன மொவளே?" என்றபடி உடனே எழுந்தான் ஜான்.

"அரிசி இல்லப்பா. எனக்கு வாங்கப் போறதுக்குப் பயமா இருக்கு..."

"நீ போவாண்டாம் மொவளே. நான் போய்ட்டு வாறேன். அந்தப் பெட்டியை இங்கே எடு" என்றான் ஜான்.

பெட்டியையும் ரூபாயையும் கொடுத்தாள் விக்டோரியா.

"ரூவா, எனக்கிட்ட இருக்கு மொவளே. பெட்டியை மட்டும் தா" என்று வாங்கிக்கொண்டு நடந்தான் ஜான்.

"அப்பா, பாத்துப் போய்ட்டு வாங்கப்பா" என்றாள் விக்டோரியா.

'இதுநாள் வரை பாத்துப் போங்கப்பான்னு சொல்லாத பொண்ணு இன்னைக்கிச் சொல்றாளே' என்று ஆச்சரியப்பட்டுக்கொண்டே போன ஜானின் ஆச்சரியத்துக்கான விடை கடையில் கிடைத்தது.

பெஞ்சமினும் அவனது சகாக்களும் இப்போதும் கடைக்கு முன்னால்தான் நின்றார்கள்.

கடைக்குப்போன விக்டோரியா ஒன்றும் வாங்காமல் திரும்பிப் போனதால் மீண்டும் வருவாள் என்று காத்து நின்றார்கள். ஜான் வருவதைப் பார்த்ததும் பெஞ்சமின் இருட்டுக்குள் ஒளிந்துகொண்டான்.

பெட்டியில் அரிசி வாங்கிக்கொண்டு திரும்பி வந்தான் ஜான்.

"தாமரைக்கொளத்துக் காரனுக்குச் சோறாக்கிப் போடுறதுக்கு அரிசி வாங்கியாச்சோ" என்றான் ஒருவன்.

அவனைத் திரும்பிப் பார்த்தான் ஜான். ஆனால், அவன் வேறு எங்கோ பார்ப்பதுபோல் பார்த்துக்கொண்டு நின்றான்.

வீட்டை நோக்கி நடந்தான் ஜான்.

"ஜாதி கெட்ட பயலுவ... ஊரா ஜாதிக்காரனுக்குக் கூட்டிக்குடுக்கிறதைவிட ஒரு மொளக் கயித்துல சாகலாம்" என்றான் ஒருவன்.

ஜானுக்குத் தெளிவாகப் புரிந்துவிட்டது. இப்போது சண்டைக்குப்போவது மரியாதை இல்லை. நமது குடும்பப் பிரச்னை ஊர்ப் பிரச்னையாகிவிடும் என்று பயந்தான்.

பேசாமல் நடந்துபோய்க் கொண்டிருந்தான் அவன்.

அவனுக்குப் பின்னால் என்னென்னமோ கெட்ட வார்த்தைகளில் பேசிக்கொண்டு நின்றார்கள். முதலில் பயந்து ஒதுங்கிய பெஞ்சமினும் சேர்ந்துகொண்டு ஏசினான்.

காதுகளைப் பொத்திக்கொண்டு வீடு வந்து சேர்ந்தான் ஜான்.

பிரச்னை எதுவும் இல்லாமல் தகப்பனார், வீட்டுக்கு வந்துவிட்டதாக நினைத்துக்கொண்டிருந்தாள் விக்டோரியா. ஆனால், ஜானின் உள்ளமோ கடலைவிட வேகமாகக் குமுறிக்கொண்டிருந்தது.

※

26

சூசை பாதிரியார் மிகவும் சோர்ந்து போய்விட்டார். சாதாரண ஜனங்கள் இப்படி ஒருவருக்கொருவர் அடித்துக்கொண்டு சாகிறார்களே என்று நினைக்கும்போது அவருக்குக் கவலையாக இருந்தது.

அப்போது காப்பிக்கடைக்காரர் வந்தார்.

பெஞ்சமினும் மற்றவர்களும் விக்டோரியாவையும் ஜானையும் பார்த்துக் கேலி செய்த விஷயத்தைப் பாதிரியாரிடம் தெரிவித்தார்.

அதைக்கேட்ட பாதிரியாருக்கு அழுவதா, சிரிப்பதா என்று தெரியவில்லை. "பெஞ்சமினுக்கு ஏன் இப்பிடிப் புத்தி கெட்டுப்போச்சு. அன்னைக்கிப் பொழி வெட்டுறதுக்கு வந்தவங்ககிட்டயும் இவன்தான் சண்டையைத் தூண்டிவிட்டான். இப்போ இன்னொரு கலவரத்தை உண்டாக்குறதுக்குத் துணிஞ்சிட்டானே!" என்ற அவர் அமைதியாக இருந்தார்.

சுவரில் தொங்கிய கடிகாரத்தின் பெண்டுலச் சத்தத்தைத் தவிர வேறு எந்தச் சத்தமும் கேட்கவில்லை.

கொஞ்சநேரம் அங்கேயே நின்ற காப்பிக்கடைக்காரர் "சாமி, நான் வாறேன்" என்றார்.

திடுக்கிட்டு நிமிர்ந்து பார்த்த பாதிரியார், "ஆங்... நீங்க போய்ட்டு வாங்க" என்றார்.

பெஞ்சமினையும் அவனது சகாக்களையும் சாயுங்காலம் வரச்சொல்லி அனுப்பிவிட்டுக் காத்திருந்தார் பாதிரியார்.

ஐந்து பேரும் சுமார் ஐந்து மணிக்குப் பாதிரியாரைப் பார்க்க வந்தார்கள்.

"நீ பெஞ்சமின், நீ கேபிரியேல் மொவன். ஒனக்க பேர் என்ன? சூசையா?" என்று கேட்டார் சூசை பாதிரியார்.

"எனக்கப் பேரு இல்லை இது. சூசையப்பருடைய பேரு ..."

"அந்த சூசையப்பருடைய பேரை வச்சிக்கிட்டு நீ என்ன வேலை பண்றே! அடுத்தவன் யாரு? எதுக்குடே ஒளிஞ்சு நிக்கிறே? பண்ணாத குந்தாம்பட்டித்தனம் எல்லாம் பண்ணிக்கிட்டு ஒளிச்சுக்கிட்டா முடியுமா? முன்னாலே வா... ஆங்... மிக்கேல் வாத்தியார் மொவன். ஒனக்க அப்பா எங்க வாத்தியாரா இருக்காரு தெரியுமா? அந்தத் தாமரைக்கொளத்துப் பள்ளிக்கூடத்தில்தான் வாத்தியாரு. அந்த விக்டரை நீ ரொம்ப ஏசினீயாமே? ஒனக்க அப்பாவைத் தாமரைக்கொளத்துக் காரனுவ புடிச்சி அடிச்சா என்னடே செய்வே? அடுத்தது யாரு, ஜெரோமா! ஏடே, நீயா இப்பிடிக் கெட்டவார்த்தைப் போட்டுப் பேசுனது. விக்டோரியா ஒனக்கு யாருடே? ஒனக்க மாமி மொவ இல்லியா? அந்த மாமி மொவளையும் மாமனையும் பாத்தா நீ ஏசினே? கடைசியா நிக்கிறது யாரு? வள்ளக்காரரு மொவன். ஒங்க அப்பா ஒன்னை வள்ளங்குத்துறதுக்கு எத்தனை நாளா கூப்பிட்டிருக்காரு. ஒருநாளாவது போயிருக்கியாடே? ஊராப் பொண்ணைக் கேலி பண்றதுக்கு அலையிறீயே?"

"மன்னிச்சிடுங்கசாமி. இனிமே இப்பிடிப் பண்ணமாட்டோம்."

"இனிமே இப்பிடிப் பண்ணலைன்னா நல்லது. இப்ப எதுக்கு இப்பிடிப் பண்ணினீங்க?"

"பெஞ்சமின் அண்ணன்தான் சொன்னான்"

"பெஞ்சமின் தலைகீழ குதிக்கச் சொன்னா? குதிப்பீங்களா? சொல்றவன் சொன்னான்னா, கேட்டவனுக்கு மதி எங்க போச்சு? நீங்கள்லாம் படிச்ச புள்ளையதானா? இப்பிடிக் கெட்டு அலையுறீங்களே?" என்ற பாதிரியார், ஜெரோமை மட்டும் பார்த்து,

“ஜெரோம்... இங்க வா!” என்று அழைத்தார். அருகில் வந்து நின்றான் ஜெரோம்.

“விக்டர் யாருடே? கிறிஸ்தவன்தானே?”

“ஆமா”

“கத்தோலிக்கனா? பிராட்டஸ்டண்டா?”

“கத்தோலிக்கன்தான்”

“ஒரு கத்தோலிக்கக் கிறிஸ்தவன் ஒரு கத்தோலிக்கக் கிறிஸ்தவப் பொண்ணைக் காதலிக்கிறது தப்பாடே?”

“அது தப்பில்லை... ஆனா, அவன் நம்ம ஆள் இல்லை...” என்று இழுத்தான் ஜெரோம்.

“என்னடே சொல்றே! கர்த்தருக்குப் பிடித்தமானவன்தான் விக்டரு. கர்த்தருக்கு வேண்டியவங்க எல்லாரும் ஒண்ணுதாண்டே. வேறவேற இல்லை. அவங்க பண்ணுற தொழிலும் நீங்க பண்ணுற தொழிலும்தான் வேற. அல்லாம எல்லாரும் ஒண்ணுதான். இவ்வளவு சின்ன வயசில நீ இப்பிடி ஜாதி வித்தியாசம் பாக்கிறீயே? இது நல்லதா?” என்று கேட்ட பாதிரியாருக்கு முன்னால் தலைகுனிந்து நின்றான் ஜெரோம்.

கொஞ்சநேரம் அந்த இடமே அமைதியாக இருந்தது. பாதிரியார்தான் தொடர்ந்தார்.

“பெஞ்சமின் மட்டும் நில்லு. நீங்க நாலுபேரும் போங்க”

நால்வரும் வெளியே போகும்போது “ஜெரோம்...” என்று கூப்பிட்டார் பாதிரியார்.

ஜெரோம் மட்டும் மீண்டும் உள்ளே வந்தான். மற்ற

மூவரும் வெளியே போனார்கள்.

“நீ, ஒங்க மாமா ஜான்கிட்ட நான் வரச்சொன்னேன்னு போய்ச் சொல்லு” என்றார்.

“சரி, சாமி” என்ற ஜெரோம் அங்கேயே நின்றான்.

“போ... போய்ச் சொல்லுடே” என்று பாதிரியார் சொன்னதும் வேகமாக வெளியே போனான் ஜெரோம்.

“சொல்லு பெஞ்சமின். என்ன இது? அந்தப் பசங்ககிட்ட வச்சி ஒன்னைக் கேக்கக்கூடாதுன்னுதான் அவங்களை அனுப்பிவச்சேன். இப்ப சொல்லு.”

“ஒண்ணும் இல்லை சாமி...”

“ஒண்ணும் இல்லையா? ஒண்ணும் இல்லாமதான் அந்த விக்டோரியாவைக் கேலி பண்ணினியா?”

“அது... ஏதோ தெரியாம நடந்துபோச்சு, சாமி”

“பெஞ்சமின்! அந்தப் பசங்க நாலு பேரும் தெரியாம பண்ணிட்டோம்னு சொன்னா நான் நம்பிடுவேன். ஆனா, நீ சொன்னா நான் நம்ப மாட்டேன். நீ ஏதோ காரணமாத்தான் பண்ணியிருக்கிறே. அதைச் சொல்லு.”

பேசாமல் நின்றான் பெஞ்சமின்.

“பேசாம நின்னா என்னடே அர்த்தம்?”

“எனக்கு விக்டோரியாவைக் கல்யாணம்...” என்று பெஞ்சமின் சொல்லி முடிக்கவில்லை.

“ஒனக்கு விக்டோரியாவைக் கல்யாணம் பண்ணணும்னு தோணிச்சுன்னா பெரியவங்க மூலமா பொண்ணு கேட்டிருக்கணும்...”

“பொண்ணு கேட்டா தரமாட்டாங்க...”

“பின்னே, எப்பிடிப் பொண்ணு தருவாங்க... எந்தப் பொண்ணுதான் ஒன்னைக் கல்யாணம் பண்ணுவா? என்னைக்காவது நீ கடலுக்குப் போயிருக்கியா?”

போகவில்லை என்று தலையை மட்டும் இடமும் வலமுமாக அசைத்தான்.

“வேற ஏதாவது தொழில் செய்றீயான்னா அதுவும் இல்லை. இப்பிடி ஒண்ணுமே இல்லாம ஊருக்குள்ள வம்பு தும்பு உண்டாக்கிக்கிட்டு அலையற ஒனக்கு யாரு பொண்ணு தருவா?” என்று கோபமாகக் கேட்டார் பாதிரியார்.

“கொஞ்சம் யோசிச்சுப் பாரு. அந்தப் பொண்ணு விக்டோரியாவை யாராவது கொறை சொல்வாங்களா?

சொல்லமாட்டாங்க. அவ்வளவு நல்ல பொண்ணு வயித்துப்பாட்டுக்கு அந்திக்கடைக்கு மீன் விக்கப்போகுது. போன எடத்தில அந்த விக்டர் மேல என்னமோ வந்து தொலைச்சிருக்குது. அவ்வளவுதானே. இதைப்போய்க் கெட்டவார்த்தை போட்டுப் பேசிப்புட்டீயே! ஒனக்க மனசு சுத்தம் இல்லையே. மனசைச் சுத்தப்படுத்து. நீ திருந்திட்டா, இந்த மணக்குடிப் பயலுவ எல்லாரும் திருந்தினது போலத்தான். புரியுதா? போய்ட்டு வா" என்றார் பாதிரியார்.

"நான் இனி எந்தத் தப்பும் பண்ணமாட்டேன் பாதர். என்னை மன்னிச்சிடுங்க. இன்னையில இருந்து விக்டோரியா எனக்கக் கூடப் பொறந்த தங்கச்சி மாதிரி" என்றான் பெஞ்சமின்.

"நான் என்னடே மன்னிக்கிறது. கர்த்தர் ஒன்னை மன்னிக்கணும். நீ நல்லவனா நடந்தாலே போதும். அந்த நல்ல புத்தி ஒனக்கிட்ட வந்திடுச்சி. கர்த்தர் ஒன்னைக் காப்பாத்துவார். கவலைப்படாம போ" என்றார் பாதிரியார்.

பாதிரியாரைக் கும்பிட்டபடி வெளியேறினான் பெஞ்சமின்.

கொஞ்சநேரத்தில் ஜான் அங்கே வந்தான்.

பாதிரியாரைப் பார்த்ததும் "ஸ்தோத்திரம் சாமி" என்றான் ஜான். தலையை அசைத்த பாதிரியார், "நேத்து ராத்திரி நடந்தது எல்லாம் எனக்குத் தெரியும்" என்றார்.

இவ்வளவு சீக்கிரம் பாதிரியாருக்கு அது தெரியவரும் என்று ஜான் நினைக்கவில்லை.

"நம்ம பெஞ்சமினும் மத்தவங்களும் என்னை ஏசினதைக் கேக்கிறீங்களா சாமி?"

"ஆமாண்டே அந்த பெஞ்சமின் ஏதோ புத்திக்கெட்டத்தனமா அப்பிடி ஏசிப்புட்டான். அவனைக் கூப்பிட்டு நான் நல்லா ஒறைக்கும்படியா சொல்லி அனுப்பியிருக்கேன். பய திருந்திட்டான். அதுக்காக ஒன்னைக் கூப்பிடல்லை. வேற ஏதாவது எனக்கிட்ட சொல்லணும்னா சொல்லு" என்றபடி ஜானின் முகத்தையே பார்த்துக்கொண்டிருந்தார் பாதிரியார்.

“எனக்க பொண்ணு விக்டோரியா தாமரைக்கொளத்துல ஒரு பையனை விரும்புறா... அவுங்க எல்லாம் சம்மதிச்சுட்டாங்க” என்று தயங்கித்தயங்கிச் சொன்னான் ஜான்.

“ஒனக்குச் சம்மதமா?”

“எனக்கும் ரொம்ப சம்மதம்”

“அப்ப ஏன் நாளைக் கடத்துறே... அதுனாலதானே பெஞ்சமினைப்போல உள்ளவங்க சொல்லும்படியா ஆச்சு. இதை நான் கூப்பிட்டு, ஒங்கிட்ட கேக்கும்படி வச்சிட்ட பத்தியா? நீயே வந்து சொல்லியிருக்க வேண்டாமா?” என்று லேசாகக் கடிந்துகொண்டார் பாதிரியார்.

“மன்னிச்சிடுங்க சாமி. முன்னாலேயே ஒங்ககிட்ட நான் சொல்லியிருக்கணும்” என்ற ஜானின் தோளில் தட்டியபடி “சரி, சரி... பரவாயில்லை இருக்கட்டும். கல்யாண முதல் அறிவிப்பைப் பண்ணிடலாமா?” என்றார் பாதிரியார்.

ஜான் அமைதியாக நின்றான்.

“ஒண்ணும் அவசரம் இல்லை, ஒனக்க பொண்ணுகிட்டயும் விக்டர்கிட்டயும் பேசிக்கிட்டுச் சொன்னா போதும்” என்ற பாதிரியார் உள்ளே போனார்.

ஜான் வெளியே வந்தான்.

✵

27

வி**க்டோரியா இன்று வழுக்கம்பாறைக்குப் போகவில்லை. நேற்றிரவு நடந்தது அவளது மனத்தைப் பெரிதும் பாதித்துவிட்டது.

பாதிரியார் கூப்பிட்டு அனுப்பினார் என்று ஜெரோம் வந்து சொன்னதும் அவளுக்கு நெஞ்சு 'திக்... திக்...'கென்று அடித்தது. நேற்று ராத்திரி அவளைக் கேலி செய்தவர்களுடன் ஜெரோமும் இருந்தான் என்பது விக்டோரியாவுக்குத் தெரியும். அதன் பிறகும் ஜெரோம், வீட்டிற்கு வந்திருக்கிறான் என்றால், விஷயம் பாதிரியார்வரை போய்விட்டது என்று அவளுக்குப் புரிந்தது. பாதிரியாருக்கு விஷயம் தெரிந்தால் நல்லதுதான் நடக்கும் என்று நினைத்துக்கொண்டாள்.

குடிசைக்குள் போகாமல் வெளியே மணலிலேயே நின்றாள் விக்டோரியா. சூரியன் மேற்குப் பக்கத்தில் மறைவதற்குத் தயாராக இருந்தான். மீனுக்காக அங்கே வானத்தில் பறந்துகொண்டிருந்த காக்கை, செம்பருந்து, கரும்பருந்து, குருவிகள் முதலானவை மரங்கள் அடர்ந்த பகுதியை நோக்கிப் பறந்தன.

பெரும்பாலான கட்டுமரங்கள் கரையில் இளைப்பாறின. ஒன்றிரண்டு கட்டுமரங்கள் மட்டுமே கடலில் தோன்றின.

பொழிக்கரையில் படகு விட்டு விளையாடிக் கொண்டிருந்த அம்மணச் சிறுவர்கள் கையில் சிறிய படகுடன் தங்கள் வீட்டை நோக்கி ஓடினார்கள்.

மீன் ஏலம் எல்லாம் முடிந்துபோனதால் கடற்கரையில் ஆள் நடமாட்டம் அவ்வளவாக இல்லை.

தூரத்தில் ஜான் வந்துகொண்டிருந்தான். ஜானின் முகத்தில் லேசான மகிழ்ச்சி தெரிந்ததை அந்த மங்கிய ஒளியிலும் விக்டோரியா கண்டுகொண்டாள்.

குடிசைக்குள் வந்த ஜான், விக்டோரியாவிடம் எப்படிப் பேச்சை ஆரம்பிப்பது என்று நினைத்துக்கொண்டிருந்தான்.

"சாமியார் என்னப்பா சொன்னாரு?"

"நேற்று நான் அரிசி வாங்கக் கடைக்குப் போயிருக்கும்போது பெஞ்சமினும் வேற நாலு பேரும் என்னைக் கேலி பண்ணினாங்கம்மா..."

"ஒங்களையும் ஏசினானுவளா?" என்று கேட்டாள் விக்டோரியா.

"அப்போ நீ வரும்போதும் கேலி பண்ணினானுவளா?''

"ஆமாப்பா. அதனாலத்தான் ஓடி வந்தேன்."

"ஓஹோ... நீயும் எங்கிட்ட சொல்லலை. நடந்தத நானும் ஒங்கிட்ட சொல்லல. ஆனா, எல்லா விஷயமும் நம்ம சாமியாருக்குத் தெரிஞ்சிருக்குது. அவரு அதைத்தான் கூப்பிட்டுக் கேட்டாரு. அதோட, 'தாமரைக்கொளத்து விக்டருகிட்ட கல்யாணத்தைப் பத்திப்பேசி முடிவு செய்' அப்படீன்னும் சொன்னாரு" என்ற ஜான், விக்டோரியாவின் முகத்தைப் பார்த்தபடி உட்கார்ந்தான். விக்டோரியா தலையைக் குனிந்தபடி நின்றாள்.

"நான் நாளைக்கி வழுக்கம்பாறைக்குப் போய் அவருகிட்ட பேசிட்டு வந்துடுறேன்" என்றார் ஜான்.

"நீங்க போக வேண்டாம்பா. நானே நாளைக்கு எல்லாத்தையும் பேசிட்டு வந்திடுறேன்" என்றாள் விக்டோரியா.

அப்போது குடிசைக்கு வெளியே யாரோ வந்தார்கள். ஜானும் விக்டோரியாவும் வெளியே வந்து பார்த்தார்கள். அங்கே விக்டரும், பெஞ்சமினும், ஜெரோமும் நின்றார்கள்.

‘இவங்க மூணு பேரும் எப்படி ஒண்ணா வந்தாங்க?’ என்று நினைத்த விக்டோரியா ‘உள்ளே வாங்க’ என்று கூப்பிட்டுவிட்டு உள்ளே போய், ஒரு பாயை எடுத்து விரித்துப்போட்டாள்.

மூவரையும் பாயில் உட்காரச் சொன்னார் ஜான். விக்டர் மட்டும் பாயில் உட்கார்ந்தான். ஜெரோமும் பெஞ்சமினும் நின்றுகொண்டிருந்தார்கள்.

“நேற்றைக்கி நான் ஒங்களைத் தப்பா பேசினதுக்கு மன்னிச்சிடுங்க” என்று மன்னிப்புக்கேட்டான் பெஞ்சமின்.

“என்னையும் மன்னிச்சிடுங்க மாமா” என்றான் ஜெரோம்.

விக்டருக்கு ஒன்றும் புரியவில்லை.

விக்டோரியா வழக்கம் பாறைக்கு வராததால் ‘என்னமோ ஏதோ’ என்று தேடி வந்தான். பஸ்ஸைவிட்டு இறங்கியதும் ‘வாங்க’ என்று பெஞ்சமின் அழைத்தான். கூடவே ஜெரோமும் வந்தான். மூவருமாக விக்டோரியாவின் வீட்டுக்கு வந்தார்கள்.

விக்டருக்கு இப்போதுதான் பெஞ்சமினின் முகம் ஞாபகம் வந்தது. கோட்டைக்குள்ளே இருந்து விக்டோரியாவுடன் வெளியே வரும்போது பெஞ்சமின் நின்றுகொண்டிருந்ததை நினைத்துப் பார்த்தான் என்றாலும் எதுவும் தெளிவாகப் புரியாமல் குழம்பியபடியே இருந்தான் விக்டர். அவனுக்கு நேற்று நடந்ததையும் இன்று பாதிரியார் கூப்பிட்டுப் பேசியதையும் விளக்கமாகச் சொன்னார் ஜான்.

அதைக் கேட்டுக்கொண்டிருந்த விக்டருக்குச் சந்தோஷமாகவே இருந்தது.

கல்யாணப் பேச்சை எப்படித் தொடங்குவது என்று புரியாமல் தவித்துக்கொண்டிருந்த அவனுக்குப் பாதிரியாரே எல்லாவற்றையும் முடித்து வைத்துவிட்டதுபோல் தோன்றியது.

ஜானிடம் “போய்ட்டு வாறேண்ணே” என்றபடி புறப்பட்ட பெஞ்சமின், விக்டரின் கையைப் பிடித்துக் குலுக்கியபடி வெளியே வந்தான். ஜெரோமும் அவனுடன் புறப்பட்டுப் போனான்.

"நீங்க இருங்க. இதோ இப்ப வந்திடுறேன்..." என்ற ஜான் உள்ளே போய் ஒரு எவர்சில்வர் செம்பை விக்டோரியாவிடம் கேட்டு வாங்கிவிட்டு வெளியே போனான்.

உள்ளே இருந்த விக்டோரியா வெளியே வந்து கழைக்கம்பைப் பிடித்தபடி நின்றாள்.

"மெதுவாப் பிடி. அந்தக் கழையைத் தள்ளிவிட்டுட்டா, கூரை நம்ம மேல விழுந்திடும்" என்று விக்டர் கேலி பண்ணியதைப் பார்த்ததும் விக்டோரியா சிரித்துவிட்டாள்.

"என்ன சந்தோஷமா? நமக்குக் கல்யாண ஏற்பாடு நடக்குது தெரியுமா? அதுக்குள்ளால எனக்கு" என்று எழுந்து வந்தான் விக்டர்.

"காப்பி வாங்கப்போன அப்பா வந்திருவாங்க. வேண்டாம். சும்மா இருங்க" என்று அவனைப் பிடித்துப் பாயில் உட்காரவைத்துவிட்டு உள்ளே போனாள் விக்டோரியா.

காப்பிக்கடைக்குப் போயிருந்த ஜான் ஒரு கையில் செம்புடனும் ஒரு கையில் ஒரு பொட்டணத்துடனும் உள்ளே வந்தான்.

பொட்டணத்திலிருந்த வடையையும் ஓமப்பொடியையும் எடுத்து ஒரு எவர்சில்வர் தட்டில் போட்டு, விக்டோரியாவிடம் கொடுத்தான்.

"கொண்டுபோய்க் குடும்மா" என்றான்.

"போங்கப்பா. நீங்களே குடுத்திடுங்க" என்று சொல்லிவிட்டாள் அவள். ஜான் பதில் சொல்லாமல் கொண்டுவந்து கொடுத்துவிட்டு, "சாப்பிடுங்க" என்றான்.

"நீங்களும் சாப்பிடுங்க" என்று ஒரு ஓமப்பொடியை எடுத்து ஜானிடம் கொடுத்தான் விக்டர்.

"இல்லை, இப்பதான் நான் சாப்பிட்டேன்" என்ற ஜான், "நீங்க சாப்பிடுங்க" என்றான்.

ஓமப்பொடியைப் பொடித்துச் சாப்பிட்டான் விக்டர். "விக்டோரியா! அந்தக் காப்பியை ஊத்திக்கொண்டாம்மா..."

என்று உள்நோக்கிக் குரல் கொடுத்தான் ஜான். அங்கேயிருந்தே 'முடியாது' என்று சொல்லமுடியாததால் செம்பிலிருந்த காப்பியை இரண்டு எவர்சில்வர் தம்ளரில் ஊற்றிக் கொண்டுவந்து விக்டரிடமும் ஜானிடமும் கொடுத்தாள்.

"நீயும் ஊத்திக் குடிம்மா" என்றான் ஜான்.

பதில் சொல்லாமல் உள்ளே போய்விட்டாள் விக்டோரியா.

காபி குடித்து முடித்த விக்டர், "அப்போ நீங்க ஃபாதர்கிட்ட சொல்லி ஏற்பாட்டைப் பாத்துக்கிடுறீங்களா. நாங்க ஒரு பத்து இருபது பேர் வருவோம். அவ்வளவுதான்" என்றான் விக்டர்.

"எல்லாத்தையும் நான் பாத்துக்கிடுறேன். நீங்க சந்தோஷமாப் போய்ட்டு வாங்க" என்ற ஜான், உள்ளே கூப்பிடுவதற்குள் விக்டோரியாவே வெளியே வந்துவிட்டாள்.

"போய்ட்டு வாங்க. நாளைக்கு நான் வாறேன்" என்று மெதுவாக அவள் சொன்னது அவனுக்குத் தெளிவாகக் கேட்டது.

❈

28

விடிந்ததும் முதல் வேலையாக மீன் வாங்கப் போய்விட்டாள் விக்டோரியா. நேற்றுச் சாப்பாடு கொண்டு போகாததையும் சேர்த்து இன்று இறால் மீன் குழம்பில் அசத்திவிட நினைத்தாள்.

கட்டுமரங்கள் ஒவ்வொன்றாகக் கரைக்கு வரத்தொடங்கின. பிடித்து வந்த மீனை ஏலம் விடுவதற்கு முன்பே வெள்ளை இறால் கிடைத்த வலையைத் தேடிப்பிடித்து வாங்கிவிட்டாள் விக்டோரியா.

ஜான் இப்போதெல்லாம் அவ்வளவாக மீன் பிடிக்கப் போவதில்லை. இன்றும் அவன் போகவில்லை.

இறாலைத் தண்ணீரில் கழுவி அதன் தலைப்பகுதியைக் கையில் பிடித்துக்கொண்டு முதுகுப் பகுதியில் பிய்த்தாள். அதன்பிறகு வாலைப் பிடித்து இழுத்தாள். புளியம்பழமும் ஓடும் பிரிவதுபோல இறாலின் தோடு பேர்ந்து வந்தது. இடது கையால் தலையிலிருந்த தோட்டையும் பிய்த்து எறிந்தாள்.

அத்தனை இறாலையும் தோடு எடுத்த பிறகும் இரண்டு கிலோவுக்கு மேல் வந்தது. பாதியைத் 'திடுதிடு' என்னும் பக்குவத்தில் கூட்டு வைத்தாள். பாதியைச் சின்ன உள்ளி, மிளகாய் எல்லாம் போட்டு, கறியாக வைத்தாள்.

அடுப்பில் கறி கொதித்தது. மஞ்சள் நிறத்தில் பொங்கிவந்த நுரை கொஞ்சம்கொஞ்சமாகச் சிவப்பாக மாறியது. நன்கு சிவப்பாக மாறுவது வரை அடுப்பை எரியவிட்ட விக்டோரியா, கொதிப்பு அடங்கட்டும் என்று தீயை அணைத்தாள்.

இறால் கறி அந்தச் சுற்றுப்பகுதி முழுவதும் மணத்தது.

ஜானைக் கூப்பிட்டுக் காலையிலேயே சாப்பாடு போட்டாள் விக்டோரியா. மணக்க மணக்க இறால் கறியை ஊற்றினாள். ஜானின் மனத்துக்குள் சிரிப்பு வந்தது.

கல்யாணம் ஆன புதிதில் மேரியும் இப்படித்தான் பார்த்துப்பார்த்துச் சமைத்துப் போட்டாள் என்பது அவனது நினைவில் ஓடியது.

உள்ளே தூக்குப் பாத்திரத்தில் சோற்றை வைத்துக்கொண்டிருந்தாள் விக்டோரியா. கறியைத் தனியாக இன்னொரு பாத்திரத்தில் ஊற்றினாள்.

ஜான் சாப்பிட்டுவிட்டுக் கையைக் கழுவிக்கொண்டிருந்தான்.

"அப்பா... நான் வழுக்கம் பாறைக்குப் போய்ட்டு வந்திடுறேன்" என்ற விக்டோரியா பத்தரை மணிக்கு வரும் பஸ்ஸைப் பிடிப்பதற்காக ஓடினாள்.

பதினோரு மணிக்கு வழுக்கம் பாறைக்குப் போய்விட்டாள். கடையில் விக்டர் இல்லை. கடையில் பாதிக்கு மேல் தோல்தான் நிறைந்திருந்தது. உப்பும் தோலும் தண்ணீரும் கலந்து ஒருவித வாடை வீசியது. ஒரே ஒரு பையன் மட்டும் காவலுக்கு இருந்தான். அங்கே கிடந்த ஸ்டூலில் உட்கார்ந்தாள் விக்டோரியா.

பன்னிரண்டு மணி சுமாருக்கு ஒரு மரப்பெட்டி நிறைய தோலுடன் வந்து இறங்கினான் விக்டர்.

அந்தப் பெட்டியை ஒரு பக்கத்தில் பிடித்து இறக்குவதற்காக விக்டோரியா போனாள்.

"வேண்டாம் நீ தொடாதே! கையெல்லாம் வாடை அடிக்கும். எப்போ வந்தே?" என்று கேட்டபடியே அந்தப் பெட்டியை இறக்கி வைத்தான்.

தோலை எடுத்து வெளியே அடுக்கும்படி அந்தப் பையனிடம் சொன்னான். வெளியே இரும்பு வாளியிலிருந்த தண்ணீரில் கையையும் காலையும் கழுவினான்.

"சாப்பாடு கொண்டு வந்திருக்கிறேன்" என்றாள் விக்டோரியா.

சாப்பாட்டு நினைவு வந்ததும் அவனுக்குப் பசிக்க ஆரம்பித்தது. கடையிலிருந்து சாப்பிடப் பிடிக்கவில்லை.

பையனைப் பார்த்து, "சித்தப்பாவும் இன்னும் ரெண்டு மூணு பேரும் தோல் கொண்டு வருவாங்க. எண்ணி எடுத்துப்போடு" என்ற விக்டர், "வா, போலாம்" என்று விக்டோரியாவைப் பார்த்துச் சொன்னான்.

விக்டோரியாவுக்குச் சாப்பாட்டை எடுத்துக்கொண்டு போகவேண்டும் என்று தோன்றவில்லை. அப்படியே நின்றாள்.

"என்ன முழிக்கிறே? அந்தத் தோப்பில போய்ச் சாப்பிடலாம்" என்றான்.

இருவரும் தோப்பை நோக்கி நடந்தார்கள்.

அது பழையாற்றங்கரையில் உள்ள தோப்பு. பழங்காலத்தில் பல்துளி (பஃறுளி) ஆறு என்று அழைக்கப்பட்ட ஆறு இப்போது பழையாறு என்று அழைக்கப்படுகிறது. இந்த ஆறு நாகர்கோவிலுக்குக் கிழக்கே அழகிய பாண்டியபுரம், தெரிசனங்கோப்பு, பூதப்பாண்டி, சுசீந்திரம், வழுக்கம்பாறை, ஈத்தங்காடு வழியாக ஓடி மணக்குடியில் அரபிக்கடலுடன் சேர்கிறது.

அந்த ஆற்றின் இரு ஓரங்களிலும் புன்னைமரங்களும் பூவரசமரங்களும் வரிசையாக நின்றன. நீரைத் தொட்டபடி தாழைமரங்கள் சாய்ந்து வளர்ந்திருந்தன. அவற்றின் நிழல் தண்ணீரில் படிந்திருந்தது. நீரின் ஓட்டத்திற்கு ஏற்ப அந்த நிழலில் அசைவு தெரிந்தது.

புன்னைமரங்களுக்குப் பின்னால் வெள்ளை மெத்தைபோல் ஆற்று மணல் பரந்து கிடந்தது. அதற்கு அடுத்தாற்போல் தென்னைமரங்கள் வரிசை வரிசையாக நின்றன. ஆற்றங்கரையில் வளர்ந்த மரங்கள் என்பதால் அவை நன்றாகச் செழித்து வளர்ந்து நின்றன.

விக்டரும் விக்டோரியாவும் அந்த ஆற்றங்கரைக்குப் போனார்கள். ஆற்றில் இருவரும் கையைக் கழுவிக்கொண்டு மணலில் வந்து உட்கார்ந்தார்கள். தூக்குப் பாத்திரத்தைத் திறந்தாள்.

“ஒரு ஊரு சாப்பிடுற அளவுக்குச் சோறு கொண்டுவந்திருக்கியே?” என்றான் விக்டர்.

“பின்னே... காலையிலேயிருந்து அங்கேயும் இங்கேயும் அலையிற நீங்க நல்லா சாப்பிட வேண்டாமா?” என்ற விக்டோரியா, கறி இருந்த பாத்திரத்தைத் திறந்தாள்.

‘குப்’பென்று இறால் வாசம் விக்டரை இழுத்தது.

“இந்த மீன் கறிக்காகத்தான் மீன்காரியைக் கல்யாணம் பண்ணணும்னு நெனச்சேன். நீ வசமா வந்து மாட்டிக்கிட்டே. அடிச்சிடுச்சி நல்லதொரு சான்ஸ்” என்று மீன்கறியைப் பார்த்த ஆனந்தத்தில் அவனது மனம் குதித்தது.

இன்னொரு பாத்திரத்தைத் திறந்தாள். அதில் இறால் கூட்டு உறைந்துபோய் இருந்தது.

“இன்னைக்கு எல்லாமே ஐயாவுக்குப் புடிச்ச சமாச்சாரமா இருக்கு” என்ற விக்டர், பெரிய பாத்திரத்திலிருந்த சோற்றில் ஒரு பகுதியை எடுத்து அதன் மூடியில் வைத்தான். கறியை எடுத்து அதன்மேல் ஊற்றினான்.

“சாப்பிடு” என்று விக்டோரியாவிடம் கொடுத்தான்.

“ஆங்... நல்லாயிருக்கே! நீங்க மொதல்ல சாப்பிடுங்க” என்றாள்.

“நான் சாப்பிடுவேன். நீயும் சாப்பிட்டிருக்க மாட்டே. ரெண்டுபேரும் சேர்ந்து சாப்பிடுவோம்” என்றான் விக்டர்.

இருவரும் சாப்பிட்டார்கள்.

விக்டரின் பாத்திரத்தில் இறாலை எல்லாம் எடுத்துப்போட்டாள் விக்டோரியா. வட்டவட்டமாக உருண்டு மஞ்சளும் சிவப்பும் கலந்த நிறமாக இருந்த அந்த இறாலைப் பட்டாணிக் கடலையை வாயில் எடுத்துப் போடுவதைப்போல் போட்டான் விக்டர்.

இருவரும் சாப்பிட்டு முடித்தார்கள்.

ஆற்றில் கையைக் கழுவிய விக்டோரியா எல்லாப் பாத்திரங்களையும் கழுவிக்கொண்டு வந்து நின்றாள்.

"ஏன் வந்த கால்லே நிக்கிறே? இரு" என்றான் விக்டர்.

"கடை அங்கே சும்மா கெடக்குது. இங்ஙன இருந்தா யாவாரம் நடக்குமா?"

"அந்த யாவாரத்தைப் பத்திப் பேசுறதுக்குத்தான் இருன்னு சொல்றேன்'' என்றான் விக்டர்.

விக்டோரியாவும் அவன் அருகில் வந்து உட்கார்ந்தாள். ஆற்றங்கரையில் இருந்ததால் அது மத்தியானமாக இருந்தாலும் வெயில் அவ்வளவாகத் தெரியவில்லை. ஆற்றுத் தண்ணீரிலிருந்து 'சிலுசிலு'வென்று காற்று வீசியது.

"நமக்கு மட்டுமே தோலு அதிகமா வருது. எடலாக்குடி முஸ்தஃபா வழியா அனுப்பாம நாமளே மெட்ராசுக்கு அனுப்பினா என்னன்னு பாக்கிறேன்" என்றான் விக்டர்.

"நானும் அதுதான் நெனச்சேன். ஆனா, மெட்ராஸ் யாவாரிகளைப் பத்தி ஒங்களுக்குத் தெரியாதே?" என்றாள் விக்டோரியா.

"அது ஒண்ணும் பெரிய விஷயம் இல்லை. ஒரு தடவை நேரில போய் ஏற்பாடு பண்ணிட்டா பெரியமேட்டில இருக்கிற நாலஞ்சு யாவாரிகளைப் பழகிக்கலாம். யாரு நல்ல வெலை தர்றாங்களோ அவுங்ககிட்ட தோலை அனுப்பினா நமக்கு லாபங் கூடும்."

"நீங்க, அங்க மெட்ராசுக்குப் போய்ட்டா இங்க கடைய யாரு பாப்பா? தோலு வரத்தையெல்லாம் யாரு பாத்துக்குவா?"

"யாராவது ஒரு ஆளை வேலைக்கு வச்சுக்கிட்டா போதும். போகப்போக வேற ஆளு தேவைன்னா போட்டுக்கலாம்"

"ஆளு, ஒடனே கெடைப்பாங்களா?" என்று சந்தேகத்துடன் கேட்டாள் விக்டோரியா.

"கெடைக்காம எங்கே போயிடுவாங்க. இங்ஙன வழுக்கம்பாறையில சொல்லி வச்சா ரெண்டு நாளையில ஆள் கெடைச்சுடும்" என்றான் விக்டர்.

"அதுதான் சரி."

“நான் ரெண்டுநாள்ல மெட்ராசுக்குப் போய்ட்டு வந்திடுறேன்.”

“ஒடனே போணுமாக்கும். கல்யாணம் எல்லாம் முடிஞ்ச பெறகு பாத்துக்கலாம்னு நெனைச்சேன்.''

“அப்பிடி வேலையைத் தள்ளிப்போடப் புடாது. கல்யாணம் மணக்குடியில நடக்குது. அந்த ஏற்பாட்டை ஒங்க அப்பாவே பாத்துக்குவாங்க. துணி, தாலிச் செயின் இதெல்லாம் ஒருநாள்ல நாகர்கோவில்ல போய் வாங்கிடலாம். இதுக்குப்போய் வேலையைத் தள்ளிப்போடலாமா?” என்று விக்டர் கேட்டது, விக்டோரியாவுக்கும் சரி என்றுதான் தோன்றியது.

“அப்போ, வாற ஞாயித்துக்கெழமை சாயங்காலம் கெளம்பிப் போய்ட்டு வந்திடுறேன்” என்றான்.

“போறதுன்னு முடிவு செஞ்ச பெறகு ஞாயித்துக்கெழமை வரைக்கும் ஏன் நிக்கணும்?”

“நாலையும் பாத்துத்தான் பொறப்புடணும். ஞாயித்துக்கெழமையில் தோலு வரத்து அதிகமா இருக்கும். எல்லாத்தோலையும் எடுத்துப் பாடம் பண்ணிப்போட்டுச் சாயங்காலம் கெளம்பினா திங்கக்கெழமை காலையில மெட்ராசுக்குப் போயிடலாம்” என்றான் விக்டர்.

“ஓ... இந்தத் தொழில்ல இவ்வளவு இருக்குன்னு எனக்குத் தெரியாம போச்சே!” என்று மூக்கின் மீது கையை வைத்தாள் விக்டோரியா.

அவளது கையை எடுத்துத் தனது கையோடு சேர்த்துக் கன்னத்தில் வைத்தான் விக்டர்.

“ஆங்... ரொம்ப நல்லா இருக்கு. எழுந்திருங்க...” என்று எழுந்த விக்டோரியா பாத்திரத்துடன் நடந்தாள். அவளுக்குப் பின்னால் விக்டரும் நடந்தான்.

✵

29

மணக்குடி தேவாலயத்தில் பூஜை முடியும் வேளையில் 'விக்டர் விக்டோரியா' ஆகியோரின் கல்யாணம் பற்றிய முதல் அறிவிப்பை வெளியிட்டார் பாதிரியார்.

பூஜை முடிந்ததும் வழக்கம்போல் குருசடியை நோக்கி நடந்தார் அவர்.

குருசடியில் முழங்காலிட்டபடி பெஞ்சமின் நின்றுகொண்டிருந்தான். பாதிரியாரைப் பார்த்ததும் எழுந்து 'ஸ்தோத்திரம்' சொன்னான்.

"அதிதூதரைக் கும்பிடும்போது எனக்குத் தோத்திரம் சொல்ல வேண்டாம் பெஞ்சமின்" என்ற பாதிரியார் மிக்கேலின் அருகில் போனார்.

பெஞ்சமினும் அவருக்குப் பின்னால் வந்து நின்றான். 'என்ன?' என்பதுபோல் திரும்பிப் பார்த்தார் பாதிரியார்.

"சொல்லு பெஞ்சமின், எங்கிட்ட ஏதாவது பேசணுமா?"

"ஆமா, ஃபாதர்" என்ற பெஞ்சமின், எப்படித் தொடங்குவது என்று புரியாமல் நின்றான்.

"வா... போய்க்கிட்டே பேசுவோம்" என்ற பாதிரியார், தெற்கு நோக்கித் திரும்பினார்.

பின்னால் நடந்த பெஞ்சமின், "ரெண்டு வருஷத்துக்கு முன்னாலேயே டிகிரி முடிச்சிட்டேன். இன்னும் வேலை கெடைக்கலை..." என்றான்.

"கர்த்தர் அருளால ஒனக்குச் சீக்கிரம் வேலை கெடைக்கட்டும்" என்று ஆசிர்வதித்தார் பாதிரியார்.

“இப்போதைக்கு வேலை எதுவும் இல்லங்கறதால ரொம்ப கஷ்டமா இருக்கு ஃபாதர்.”

“எல்லாக் கஷ்டமும் தீரும் பெஞ்சமின். கவலைப்படாம இரு.”

“நம்ம விக்டோரியா...” என்று பெஞ்சமின் சொல்லி முடிப்பதற்குள் அவனைத் திரும்பிப் பார்த்த பாதிரியார், “என்ன? விக்டோரியாவுக்கு என்ன? இப்பவும் ஏதாவது...?”

“அப்பிடியெல்லாம் ஒண்ணும் இல்லை ஃபாதர். விக்டோரியா எனக்க தங்கச்சி போல...”

“என்ன சொல்லணும்னு நெனைக்கிறீயோ, அது தப்பு இல்லைன்னா, பயப்படாம சொல்லு” என்ற பாதிரியார், தேரிமேட்டில் ஏறி நின்றார்.

“விக்டோரியாவுக்க வீட்டுக்காரர் ஆட்டுத்தோல் யாவாரம் பண்றாராம். அவரு ஒரு ஆளு வேணும்னு கேட்டிருக்காராம். நான் வழுக்கம் பாறையில உள்ள சகாய மாதா கோயிலுக்குப் போயிருக்கும்போது சொன்னாங்க...”

“ம், அதுக்கு இப்ப என்ன?”

“அந்த வேலையை எனக்குப் போட்டுக்குடுத்தா எனக்கு ஒதவியா இருக்கும். என்னால முடிஞ்ச அளவு நானும் யாவாரத்துக்கு ஒத்தாசையா இருப்பேன்” என்று தத்தித் தடுமாறிச் சொல்லி முடித்தான் பெஞ்சமின்.

பாதிரியார் மௌனமாக நடந்தார்.

‘வேலை வெட்டி இல்லாததாலத்தான் தப்பான எண்ணம் வருது. ஊரு வம்பை இழுத்துவிடுறான். வேலை குடுத்தா நல்லாத்தான் செய்வான்’ என்று எண்ணமிட்ட பாதிரியார் திரும்பி, பெஞ்சமினைப் பார்த்தார்.

“இதுல நான் என்னத்தைச் சொல்லமுடியும். அந்த விக்டரை இதுவரை நான் பாத்தது இல்லை. அவருகிட்ட போய் நான் எப்பிடிக் கேக்க முடியும்?” என்று கடலையே வெறித்துப் பார்த்த பாதிரியார், தொடர்ந்து பேசினார்.

“நீயே நேர்ல போய்க் கேட்டுட வேண்டியதுதானே…”

“கேக்கலாம்… ஆனா, ஒங்க மூலமா முயற்சி பண்றதுதான் சரியா இருக்கும்னு நெனைச்சேன்” என்றான் பெஞ்சமின்.

கடற்கரைக்கு வந்த பாதிரியார் கடல் நீரில் காலை நனைத்தார். பெரும்பாலும் அங்கிருந்து சர்ச்சுக்குப் போவதற்காக மேற்கே திரும்பிவிடுவார். இன்று கடற்கரையிலிருந்து கிழக்குப் பக்கமாக நடந்தார்.

பாதிரியாரும் பெஞ்சமினும் எதுவும் பேசவில்லை.

பாதிரியார் வருவதைப் பார்த்ததும் வீட்டுக்கு வெளியே நின்ற ஜான் ஓடி வந்தான். “தோத்திரம் சாமி” என்றான்.

தலையை அசைத்த பாதிரியார், “என்ன ஜான், கல்யாண வேலையெல்லாம் நடக்குதா?” என்றார்.

“ஒங்க தயவுல எல்லாம் ஒழுங்கா நடக்குது. சாமி வெயில்ல நிக்கிறீங்களே, வீட்டுக்கு வாருங்களேன்” என்றான் ஜான்.

“அதெல்லாம் ஒண்ணும் இல்லை ஜான். ஒனக்க மருமொவனை எனக்குப் பாக்கணும்” என்று பாதிரியார் சொல்லி முடிப்பதற்குள், “இதோ வாறேன் சாமி” என்ற ஜான் வீட்டுக்கு ஓடிப்போய், கையோடு விக்டோரியாவையும் அழைத்து வந்தான்.

“ஸ்தோத்திரம் சாமி” என்றாள் விக்டோரியா.

“எனக்கு விக்டரைப் பாக்கணும்மா”

“அவுங்க நாளைக்கி மெட்ராஸ்க்குப் போறாங்க” என்றாள் விக்டோரியா.

“மெட்ராஸ்க்குப் போய்ட்டு வந்த பெறகு பார்க்கச் சொல்லு”

“வேண்டாம் சாமி. இன்னைக்கே வந்து பாக்கச் சொல்லுயேன். இப்ப சோறு கொண்டு போவேன், அப்பிடியே ஒங்களைப் பாக்கறதுக்கு வரச் சொல்லுயேன்” என்றாள் விக்டோரியா.

“ரொம்ப நல்லது” என்ற பாதிரியார் திரும்பி, மேற்கு நோக்கி நடந்தார்.

“என்ன பெஞ்சமின், அவரு விக்டர் வரட்டும். வந்த பெறகு முடிவு செய்வோம்” என்ற பாதிரியார் வேகமாக நடந்தார்.

பெஞ்சமின் குருசடியை நோக்கி நடந்தான்.

வீட்டுக்குள் போன விக்டோரியா உடனே சாப்பாட்டை எடுத்துக்கொண்டு வழுக்கம் பாறைக்குப் போய்விட்டாள்.

'பாதிரியார் பார்க்க வேண்டும்' என்று சொன்னதைக் கேட்டதும் சாப்பிடத் தொடங்கினான் விக்டர்.

தாமரைக்குளத்திலிருந்து விக்டரின் சித்தப்பா தோலுடன் வந்தார்.

"சித்தப்பா, கடையைப் பாத்துக்கிடுங்க. மணக்குடிப் பாதிரியார் என்னைக் கூப்பிட்டு விட்டிருக்காரு. நான் ஒடனே போய்ப் பாத்துட்டு வந்திடுறேன். நான் வாறது வரைக்கும் இங்கேயே இருங்க" என்ற விக்டர் உடனே விக்டோரியாவுடன் புறப்பட்டான்.

பஸ் ஸ்டாப்புக்கு வந்தான். மணி ஒன்று. இனி இரண்டரைக்குத்தான் பஸ் வரும்.

பஸ் ஸ்டாண்டில் நின்ற அரசமரத்தைச் சுற்றிப் பெரிய வட்டமாக சிமெண்டில் கட்டி வைத்திருந்தார்கள். அந்த சிமெண்டில் ஓரமாக இருவரும் உட்கார்ந்தார்கள்.

"எதுக்காகக் கூப்பிட்டிருப்பாரு?" என்று கேட்டான் விக்டர்.

"எனக்கென்ன தெரியும்?"

"ஒருவேளை கல்யாணத்தில ஏதாவது பிரச்சனை இருக்குமோ?"

"ம்... நல்லா இருக்கே! நீங்க மாப்பிள்ளை. நான் பொண்ணு. நம்ம ரெண்டு பேருக்கும் சம்மதம்னு ஆன பெறகு கல்யாணத்தில எதுக்கு பிரச்னை வருது? அப்பிடி ஏதாவது பிரச்சனைன்னாலும், எங்க அப்பாகிட்ட சொல்லியிருப்பாரு. ஒங்க கிட்ட வேற ஏதாவது கேக்கணுமா இருக்கும்" என்றாள்

"சரி, என்னமாவது இருக்கட்டும் நேரில போய்க் கேட்டிடுவோம்" என்றான் விக்டர்.

"நாளைக்கி மெட்ராசுக்குப் போறீங்க, கடையைப் பாத்துக்க ஆள் கெடைச்சாங்களா?"

“ம்... கூம். கெடைக்கல்லை. தோல் கடையா இருக்கிறதால, வெவரம் பத்தாதவன்தான் வேலைக்கு வாறேங்கறான். அவனுவள வச்சி ஒண்ணும் பண்ண முடியாது. என்ன வரவு, என்ன செலவு, யார் என்ன தரணும், யாருக்கு என்ன கொடுக்கணுங்கிற வெவரம் எல்லாம் எழுதி வைக்கிறதுக்கு நாலெழுத்துப் படிச்சிருக்கணும் இல்லியா?” என்று கேட்டான் விக்டர்.

இருவரும் சேர்ந்து பேசிக்கொண்டிருந்ததால் நேரம் போனதே தெரியவில்லை.

கடிகாரத்தைப் பார்த்தான் விக்டர்.

மணி இரண்டரை.

“பஸ் வந்திடும். வா... ரோட்டுப் பக்கம் போவோம்” என்று சொல்லிவிட்டு அவர்கள் வரவும் பஸ் வந்தது.

மணக்குடிக்குப் பஸ் போகும்போது மணி மூன்று. இப்போது போனால் பாதிரியார் தூங்கிக்கொண்டு இருப்பார். எனவே, நேரே விக்டோரியாவின் வீட்டிற்குப் போனார்கள்.

‘விக்டர் வருவான்’ என்று எதிர்பார்த்திருந்ததால் காப்பியும் வடையும் ஜான் வாங்கி வைத்திருந்தான்.

“நீங்க காப்பி குடிச்சிக்கிட்டு இருங்க. நான் போய்ச் சாமியரைப் பாத்துட்டு வந்திடறேன்” என்று சொல்லிவிட்டுப் போனான் ஜான்.

பாதிரியாரின் வீட்டுக் கதவு திறந்துதான் இருந்தது. உள்ளே சுசீந்திரம் சர்க்கிள் இன்ஸ்பெக்டரும் இன்னும் ரெண்டு போலீஸ்காரர்களும் பேசிக்கொண்டிருந்தார்கள்.

தங்கக்கண் கொலை சம்பந்தமாகச் சில விஷயங்களைக் கேட்டார் சர்க்கிள் இன்ஸ்பெக்டர். தனக்குத் தெரிந்தவற்றையெல்லாம் சொல்லிக்கொண்டிருந்தார் பாதிரியார்.

சர்க்கிள் இன்ஸ்பெக்டர் அங்கிருந்து போவதுவரை ஓரத்தில் ஒதுங்கி நின்றான் ஜான்.

இன்ஸ்பெக்டரை வழியனுப்பிவிட்டு வந்த பாதிரியார், “சொல்லு ஜான்” என்றார்.

"நம்ம விக்டர் வந்திருக்காங்க. கூட்டிட்டு வரட்டுமான்னு கேட்டுட்டுப் போக வந்தேன்."

"வாங்க, கூட்டிட்டு வாங்க" என்ற பாதிரியாரை வணங்கியபடி வெளியே வந்தான் ஜான்.

வீட்டுக்கு வந்து விக்டரை அழைத்துக்கொண்டு வந்தான் ஜான்.

"உக்காருங்க விக்டர்" என்றார் பாதிரியார்.

"பரவாயில்லை ஃபாதர். நான் நிக்கிறேன்."

"மொத, மொதல்ல நாம பாக்கிறோம், நீங்க உக்காருங்க."

நாற்காலியின் ஓரத்தில் உட்கார்ந்தான் விக்டர்.

"எங்க பொண்ணைக் கல்யாணம் பண்ணிக்கிறதுக்குச் சம்மதமா?"

பாதிரியார் நேரடியாகக் கேட்டதற்கு என்ன பதில் சொல்வது என்று விக்டருக்குத் தோன்றவில்லை. விக்டரின் பதிலை எதிர்பார்க்காமலேயே ஜானைப் பார்த்து, "அந்த பெஞ்சமினைக் கொஞ்சம் கூட்டிட்டு வாயேன்" என்றார் பாதிரியார்.

"வியாபாரம் புதுசா ஆரம்பிச்சிருக்கிறதா சொன்னாங்க."

"ஆமா ஃபாதர். தோல் வியாபாரம்."

"பரவாயில்லையா?"

"நல்லா நடக்குது"

"அது சம்பந்தமா பேசறதுக்குத்தான் கூப்பிட்டேன்" என்றார் பாதிரியார்.

"எதற்குக் கூப்பிட்டார்" என்று குழம்பிப்போயிருந்த விக்டருக்கு ஓரளவு தெளிந்தது.

ஜானும் பெஞ்சமினும் வந்தார்கள்.

இருவரைப் பார்த்தும் வணக்கம் சொன்னான் பெஞ்சமின்.

விக்டரும் பதிலுக்கு வணக்கம் சொன்னான்.

முகிலை இராசபாண்டியன் | 177

“விக்டர் ஒங்ககிட்ட ஒரு உதவி கேக்கிறதுக்குத்தான் கூப்பிட்டேன்.”

“என்ன ஃபாதர், பெரிய வார்த்தை எல்லாம் சொல்றீங்க? சொல்லுங்க ஃபாதர்”

“நம்ம பெஞ்சமின் பி.ஏ., படிச்சி ரெண்டு வருஷம் ஆச்சு. வேலை இல்லாம இருக்கான். ஒங்க கடையில ஒரு வேலை வாங்கித் தாங்கன்னு கேக்கிறான்” என்ற பாதிரியார், விக்டரின் முகத்தைப் பார்த்துக்கொண்டிருந்தார்.

“ரொம்ப சந்தோஷம் ஃபாதர். எனக்கும் ஒடனே ஒரு ஆள் தேவைப்படுது. பெஞ்சமினைப்போலப் படிச்சவங்க கெடைச்சா ரொம்ப நல்லது. ஆனா, வேலை கஷ்டமா இருக்குமே...”

பெஞ்சமினின் முகத்தைப் பார்த்தார் பாதிரியார்.

“என்ன கஷ்டமான வேலையா இருந்தாலும் செய்வேன் சார்” என்று விக்டரிடம் சொன்னான் பெஞ்சமின்.

“சம்பளம் எல்லாம் இப்ப பேச முடியாது. போகப்போக முடிவு பண்ணிக்கலாம்” என்றான் விக்டர்.

“வேலையைப் பாத்து நீங்க சம்பளம் போட்டா போதும்” என்றான் பெஞ்சமின்.

“அப்படீன்னா... நாளைக்கே வேலைக்கு வந்திடுங்க” என்றான் விக்டர்.

“ரொம்ப நன்றி விக்டர்” என்றார் பாதிரியார்.

“என்ன ஃபாதர், எனக்குப் போய் நன்றி சொல்றீங்க. நான்தான் ஒங்களுக்கு நன்றி சொல்லணும். நல்ல ஒரு ஆளை எனக்குத் தந்ததுக்கு” என்ற விக்டர் எழுந்து நின்றான்.

“வாறேன் ஃபாதர்” என்ற விக்டர் வெளியே வந்தான். அவனைத் தொடர்ந்து ஜானும் பெஞ்சமினும் வெளியே வந்தார்கள்.

“விக்டோரியாகிட்ட சொல்லிடுங்க. நான் வாறேன்'' என்று சொல்லிவிட்டுப் புறப்பட்டான் விக்டர்.

*

30

சோட்டப்பணிக்கன் தேரிவிளை, பூவியூர் முதலிய ஊர்களிலிருந்து சிலர் விக்டரின் வீட்டுக்குப் போயிருந்தார்கள். வீட்டில் விக்டரின் அம்மா மட்டும்தான் இருந்தார்.

“ஒங்க மொவனுக்கு மணக்குடியில பொண் எடுக்கிறீங்களாமே?” விக்டரின் அம்மா அமைதியாக இருந்தார்.

“நாம யாரு அவுங்க யாரு? இப்பிடிச் சாதி கெட்டுப்போய் அலையறீங்களே!” என்று கோபமாகக் கேட்டார் சோட்டப்பணிக்கன் தேரிவிளைக்காரர்.

“பையன் ஆசைப்பட்டுட்டான், ஒரே பையன். நான் என்னத்தைச் சொல்ல முடியும்?”

“நீங்க என்ன சொல்ல முடியும்னு, சொல்லிட்டா போதுமா? ஊர் நெலவரத்தைப் பாக்க வேண்டாமா?”

“எல்லாத்தையும் அழிச்சிருக்கானுவ. நம்ம ஆளுக அஞ்சுபேரைப் போலீஸ்ல புடிச்சிக் குடுத்திருக்கானுவ. இவ்வளவு நடந்த பெறகும் அந்த மணக்குடியில போய்ப் பொண்ணு எடுக்கிறீயளே” என்று கோபமாகச் சொன்னார் ஒருவர்.

“ஊருக்காரன் எப்பிடிப் போனா நமக்கென்ன; நம்ம கதையை மட்டும் பாப்போம்னு நெனச்சீங்கன்னா, அதுக்குப்பெறகு நடக்கிறதே வேற. நல்லது, கெட்டதுன்னா ஊருல நாலு பேரு வேணும். அதை மனசுல வச்சி நடந்துக்கிடுங்க. இந்தக் கல்யாணம் நடந்ததுன்னா... ஊரு ஒங்களை ஒதுக்கிடும்” என்று கோபமாகச் சொல்லிவிட்டு வெளியேறினார்கள்.

மெட்ராசுக்குப்போன விக்டர், பெரியமேட்டில் இரண்டு, மூன்று வியாபாரிகளைப் பார்த்தான்.

நேரடியாக லோடு அனுப்புவது பற்றிப் பேசியதோடு மட்டுமல்லாமல் ஹாஜி கமால் பாஷாவிடம் முன்பணமும் வாங்கி வந்திருந்தான்.

மெட்ராசிலிருந்து வந்த பிறகு இன்னும் ஒருநாள்கூட அவன் வீட்டில் தங்கவில்லை.

தோல் வரத்து அதிகமாக இருந்ததால் ஒரே அலைச்சல். அதோடு கை நீட்டி அட்வான்ஸ் வாங்கிவிட்டதால் முதல் லோடு அனுப்புவதில் மும்முரமாக இருந்தான். நேற்றுதான் முதல் லோடு பெரியமேட்டுக்குப் போனது.

வீட்டுக்குப் போய்விட்டு வரலாம் என்று தாமரைக்குளத்துக்குப் புறப்பட்டான் விக்டர்.

சாதாரணமாக எப்போது வீட்டுக்குப் போனாலும் மகனை அன்போடு கவனிக்கும் அம்மா, இன்று ‘வா’ என்றுகூடக் கூப்பிடவில்லை.

உள்ளே போன விக்டர், “அம்மா... அம்மா...” என்று கூப்பிட்டான்.

உள்ளேயிருந்து எந்தச் சத்தமும் வரவில்லை. நேரே பின்கட்டுக்குப் போனான் விக்டர்.

அங்கேதான் அம்மா உட்கார்ந்திருந்தார்.

“என்னம்மா, நான் கூப்பிட்டுக்கிட்டே இருக்கன். நீங்க பேசாம இருக்கீங்க. உடம்பு, கிடம்பு சரியில்லையா?”

“அதெல்லாம் ஒண்ணும் இல்லை.”

“பின்னே, ஏன் பேச மாட்டேங்கறீங்க?”

“நீ எனக்கு ஒத்த பிள்ளை. ஒனக்க இஷ்டம்போல நடக்கிறது எனக்குச் சம்மதம்தான். ஆனா, ஊர்ல அப்பிடி இல்லை. நம்ம ஊரைப் பகைச்சிக்கிட்டு அந்த மணக்குடிக்காரியைக் கல்யாணம் பண்ணணுமா?”

"என்னம்மா... இப்ப போய் இப்பிடிக் கேக்கிறீங்க? ஒங்க சம்மதத்தைக் கேட்ட பெறகுதானே நான் கல்யாண ஏற்பாட்டைப் பண்ணச் சொன்னேன்."

"எனக்கச் சம்மதம் எப்பவும் இருக்குய்யா. அதில ஒண்ணும் கொறை இல்ல. நம்ம ஊருக்காரனுவளோட அந்த மணக்குடிக்காரனுவ சண்டை போடறானுவ. ஆனா நீ அவனுவளுக்கு வேண்டியவனாயிட்ட"

"என்னம்மா, நீங்களே இப்பிடிச் சொல்லலாமா? என்னையே நம்பிகிட்டிருக்கிற அந்தப் பெண்ணை நான் கல்யாணம் பண்ண வேண்டாங்கறீங்களா?"

"இப்போ, சண்டையும் சச்சரவுமா இருக்கிற நேரத்தில கல்யாணம் வேண்டாம்னு சொல்றேன். அவ்வளவுதான்."

"சர்ச்சுல முதல் அறிவிப்புக் குடுத்து, நேத்தைக்கி ரெண்டாவது அறிவிப்பையும் குடுத்தாச்சி. இப்போ எப்பிடிக் கல்யாணத்தை நிறுத்துறது?"

"கல்யாணத்தை நிறுத்தல்லைண்ணா இந்த ஊர்க்காரனுவ எவனும் வரமாட்டானுவ" என்றதைக் கேட்டதும் கல்யாணத்தில் இப்படி ஒரு பிரச்சனை இருக்கிறது என்பது அப்போதுதான் விக்டருக்குப் புரிந்தது.

இதற்குமேல் கல்யாணத்தை நிறுத்த முடியாது என்பது அவனுக்குத் தெளிவாகத் தெரிந்தது.

"ஊர்க்காரங்க சொல்றது இருக்கட்டும் நீங்க என்னம்மா சொல்றீங்க?"

"ஒங்க அப்பாவைக் கல்யாணம் பண்ணிக்கிட்டு நான் இந்த ஊருக்கு வந்து இருபத்தேழு வருஷம் ஆச்சு. நல்லது, கெட்டதுன்னு பல விஷயங்களைப் பாத்தாச்சு. ஆனா, எல்லாத்துக்கும் மேல நீதான் எனக்கு வேணும். இந்த ஊரைப் பகைக்கிறதால ஒனக்கு ஏதாவது வந்துடுமோண்ணுதான் எனக்குப் பயமா இருக்கு..."

"நீங்க பயப்படாதீங்கம்மா. நான் பாத்துக்கிடுறேன்" என்ற விக்டர் வீட்டுக்குள் உட்காராமல் வெளியே வந்தான்.

முகிலை இராசபாண்டியன் | 181

வெளியே அவனது சித்தப்பா நின்றார்.

"மக்ளே! விக்டர் சாப்பிட்டுட்டுப் போய்யா!" என்று வீட்டுக்குள்ளிருந்து விக்டரின் அம்மா கூப்பிட்டார். பதில் சொல்லாமல் போய்விட்டான் விக்டர். அவனுக்குப் பின்னால் அவனது சித்தப்பாவும் போனார்.

தாமரைக்குளம் பஞ்சாயத்து ஆபீசுக்குப் பக்கத்தில் வரும்போது, "மணக்குடிக்காரனுவளுக்குத் தாமரைக்கொளத்தில என்னலே வேலை?" என்று யாரோ சொல்வது கேட்டது.

விக்டர் திரும்பிப் பார்க்கவில்லை.

"சாதி கெட்டப்பயலுவளை ஊரில சேக்கலாமா?" என்று ஒருவன் கேட்டான்.

நல்ல வேளையாக அப்போது பஸ் வந்தது. விக்டரும் அவனது சித்தப்பாவும் பஸ்ஸில் ஏறிப் போய்விட்டார்கள்.

அம்மாவையும் கூட்டிட்டுப் போய்த் துணியும் தாலிச்செயினும் வாங்கவேண்டும் என்று நினைத்திருந்தான் விக்டர்.

இப்போது கல்யாணமே கேள்விக்குறியாக இருக்கிறது. ஊரைப் பகைத்துக்கொள்ள வேண்டும் என்ற எண்ணம் விக்டருக்குக் கிடையாது. ஊரில் தகராறு வருவதற்கு முன்பே விக்டரும் விக்டோரியாவும் காதலிக்கிறார்கள். பாழாய்ப்போன சாதிக்காகக் காதலைப் பலி கொடுக்க முடியுமா?

ஊர் என்னை நம்பியில்லை. ஆனால் விக்டோரியா என்னை மட்டுமே நம்பியிருக்கிறாள். என்னை நம்பியிருக்கும் விக்டோரியாவுக்காகவாவது குறிப்பிட்ட நாளில் கல்யாணம் நடக்கவேண்டும் என்று முடிவெடுத்துக்கொண்டான்.

வழுக்கம்பாறையில் இறங்கிக் கடைக்குப் போனான் விக்டர்.

பெஞ்சமின், தோலுக்குப் பணம் கொடுப்பதற்காகப் போயிருந்தான்.

விக்டோரியாவும் பையனும் மட்டும் கடையில் இருந்தார்கள்.

விக்டரின் முகத்தில் சோர்வைக் கண்டவள், "என்ன விஷயம்? ஏன் என்னவோ போல இருக்கீங்க?" என்று கேட்டாள்.

“ஒண்ணும் இல்லை, பொறப்படு. துணி எடுத்துட்டு வந்திடுவோம். சித்தப்பா நீங்களும் வாறீங்களா? இல்லை ஊர்க்காரனுவளோட போறீங்களா?”

“என்ன மக்கா? என்ன போய்ச் சந்தேகப்பட்டுட்டே? எனக்கு தாயா, புள்ளையா... எல்லாமே நீதாண்டே. இப்போ, நீ என்னை செத்துப்போன்னு சொன்னா செத்துப்போயிடுவேன் மக்ளே” என்றவரின் குரல் தழுதழுத்தது.

“இல்லை சித்தப்பா, ஏதோ வருத்தத்தில சொல்லிட்டேன். என்னை மன்னிச்சிடுங்க.”

“என்னங்க, என்ன ஆச்சு? ஏன் கவலைப்படுறீங்க?” என்று ஆதரவாகக் கேட்டாள் விக்டோரியா.

“தாமரைக்கொளத்து ஊருக்காரங்க கல்யாணத்தைத் தடுக்கிறாங்க” என்ற செய்தியை விக்டரின் சித்தப்பாதான் சொன்னார்.

“மாமி என்ன சொல்றாங்க?” என்று விக்டரின் அம்மாவைப் பற்றிக் கேட்டாள் விக்டோரியா.

“அதனால மயினிக்கும் கவலையா இருக்கு. ஊருக்கும் விக்டருக்கும் எடையில கெடந்து தவிக்கிறாங்க...”

“அதெல்லாம் கவலைப்பட்டுக்கிட்டிருக்க முடியாது. சாதி மாறிப் பண்ற கல்யாணத்தில பிரச்சனை இல்லாம இருந்தாதான் ஆச்சரியப்படணும். இதெல்லாம் சர்வ சாதாரணம். அம்மா நம்ம பக்கத்தில இருக்காங்க. நீ பேசாம வா” என்று விக்டோரியாவை இழுத்துக்கொண்டு நாகர்கோவிலுக்குப் போனான் விக்டர்.

எதுவும் பேச இயலாமல் விக்டருக்குப் பின்னால் போனாள் விக்டோரியா.

✵

31

குருசடியிலிருந்து மணக்குடி சர்ச் வரைக்கும் பூ அலங்காரம் செய்யப்பட்டிருந்தது. மணக்குடி ஊர் முழுவதும் ஒலிபெருக்கி முழங்கிக்கொண்டிருந்தது.

சர்ச்சுக்கு முன்னால் பாண்டு வாத்தியம் ஒலித்துக் கொண்டிருந்தது.

அன்று விக்டருக்கும் விக்டோரியாவுக்கும் காலையில் திருமணம்.

கோயிலின் முன் காரில் வந்து இறங்கினாள் விக்டோரியா.

வெள்ளை நிறத்தில் பிரவுன் பார்டர் போட்ட காஞ்சிபுரம் பட்டு அவளது மேனியை அலங்கரித்தது. அவளது தலையிலிருந்து வெள்ளைநிற லேஸ் நெட் தொங்கியது. அதை இரு கைகளாலும் ஒதுக்கிப் பிடித்திருந்தாள் விக்டோரியா. அவள் கழுத்தில் பூமாலை போட்டிருந்தாள். கையில் ஒரு பூச்செண்டும் கொடுக்கப்பட்டிருந்தது.

மணக்குடி ஊரே அந்தக் கல்யாணத்தைப் பார்க்கத் திரண்டு வந்திருந்தது.

விக்டர் இன்னும் வரவில்லை.

'ஊர்க்காரர்கள் தடுத்துவிட்டார்களோ?' என்ற பயம் விக்டோரியாவிடம் புகுந்துகொண்டது.

அருகில் நின்ற ஜானைப் பார்த்தாள் விக்டோரியா. "வந்திடுவார்மா" என்று ஆறுதலாகக் கூறினாலும் ஜானையும் கவலை பிடித்து ஆட்டியது.

அப்போது குருசடிக்குப் பக்கத்தில் மேளச்சத்தம் கேட்டது. விக்டர் தாமரைக்குளத்திலிருந்து வரவில்லை. வழுக்கம்

பாறையிலிருந்துதான் வருகிறான். அவனுக்கு வேண்டிய பத்து பதினைந்து பேர் மட்டும் வந்தார்கள். அவர்களில் விக்டரின் சித்தப்பாவும் அவரது இறைச்சிக்கடையைச் சேர்ந்தவர்களும் இருந்தார்கள்.

மாப்பிள்ளை ஊர்வலம் சர்ச்சை அடைந்ததும் பாண்டு வாத்தியச் சத்தமும் மேளச்சத்தமும் கலந்து ஒலித்தன.

திருமணச் சடங்குகளைப் பாதிரியார் தொடங்கினார். "அன்புமிக்க மணமக்களே! திருச்சபையின் திருப்பணியாளர் முன்பாகவும், இத்திருக்கூட்டத்தின் முன்னிலையிலும் உங்கள் அன்பை நம் ஆண்டவர் முத்திரையிட்டுக் காத்தருளுமாறு இங்கு வந்திருக்கின்றீர்கள். உங்கள் அன்பைக் கிறிஸ்து நிறைவாக ஆசீர்வதிக்கிறார். ஏற்கெனவே, அவர் உங்களைப் புனித ஞான ஸ்நானத்தால் அர்ச்சித்துள்ளார். இப்போது மற்றொரு திருவருள் சாதனத்தின் வழியாக உங்களுக்கு அருள்வளம் ஈந்து நீங்கள் ஒருவருக்கொருவர் என்றும் பிரமாணிக்கமாயிருக்கவும் திருமணத்தின் ஏனைய கடமைகளை ஏற்று நிறைவேற்றவும் உங்களுக்கு ஆற்றல் அளிக்கிறார். எனவே உங்கள் கருத்தை அறிந்துகொள்ள, திருச்சபையின் முன்னிலையில் உங்களைக் கேட்கிறேன்.

விக்டர் - விக்டோரியா நீங்கள் இருவரும் முழுமனச் சுதந்திரத்துடன் திருமணம் செய்துகொள்ள எவ்வித வற்புறுத்தலுமின்றி இங்கு வந்திருக்கிறீர்களா?" என்று மணமக்களைப் பார்த்துக் கேட்டார் பாதிரியார்.

அதற்கு "வந்திருக்கிறோம்" என்று இருவரும் ஒருமித்த குரலில் பதில் சொன்னார்கள்.

"நீங்கள் மணவாழ்க்கை நெறியைப் பின்பற்றி வாழ்நாளெல்லாம் ஒருவரையொருவர் நேசிக்கவும் மதிக்கவும் தயாராக இருக்கின்றீர்களா?"

"தயாராய் இருக்கிறோம்."

"இறைவன் உங்களுக்கு அருளும் மக்களை நீங்கள் அன்புடன் ஏற்று, கிறிஸ்துவின் போதனைக்கும் திருச்சபையின் சட்டத்திற்கும் ஏற்றபடி வளர்ப்பீர்களா?"

"வளர்ப்போம்."

"நீங்கள் திருமண ஒப்பந்தம் செய்துகொள்ள விரும்புவதால் உங்கள் வலது கைகளைச் சேர்த்துப் பிடியுங்கள். இறைவன் திருமுன் திருச்சபையின் முன்னிலையில் உங்கள் சம்மதத்தைத் தெரிவியுங்கள்"

பாதிரியாருக்கு முன்பாக ஒருவரையொருவர் பார்த்தபடி கீழே, வலப்பக்கமும் இடப்பக்கமும் நின்ற விக்டரும் விக்டோரியாவும் வலது கைகளைப் பிடித்தார்கள்.

"விக்டர் என்னும் நான் விக்டோரியா என்னும் உன்னை என் மனைவியாக ஏற்றுக்கொள்கிறேன். இன்பத்திலும் துன்பத்திலும் உடல் நலத்திலும் நோயிலும் நான் உனக்குப் பிரமாணிக்கமாயிருந்து என் வாழ்நாளெல்லாம் உன்னை நேசிக்கவும் மதிக்கவும் வாக்களிக்கிறேன்" என்று தனது உறுதிமொழியை அருகிலிருந்தவர் சொல்லச்சொல்ல விக்டர் சொன்னான்.

"விக்டோரியா என்னும் நான், விக்டர் என்னும் உங்களை என் கணவராக ஏற்றுக்கொள்கிறேன். இன்பத்திலும் துன்பத்திலும் உடல் நலத்திலும் நோயிலும் நான் உங்களுக்குப் பிரமாணிக்கமாயிருந்து, என் வாழ்நாளெல்லாம் உங்களை நேசிக்கவும் மதிக்கவும் வாக்களிக்கிறேன்" என்ற விக்டோரியாவின் குரலில் ஏதோ ஒரு பயம் தெரிந்தது.

"திருச்சபையின் முன்னிலையில் நீங்கள் தெரிவித்த இந்தச் சம்மதத்தை ஆண்டவர் கனிவுடன் உறுதிப்படுத்தி, தம் ஆசியை உங்கள் மீது நிறைவாய்ப் பொழிந்தருள்வாராக. இறைவன் இணைத்ததை மனிதன் பிரிக்காதிருக்கட்டும்" என்று பாதிரியார் வாழ்த்தினார்.

அந்தத் தேவாலயத்தில் நின்றுகொண்டிருந்த அனைவரும் 'ஆமென்' என்று தங்கள் ஏற்பைத் தெரிவித்தார்கள். அதுவரை இணைந்திருந்த கைகளின்மேல் பாதிரியார் பன்னீரைத் தெளித்தார்.

அப்போது விக்டரின் சித்தப்பா, தாலியை எடுத்துப் பலிபீடத்தின் மேல் வைத்தார். அந்தத் தாலியைத் தனது கையில் எடுத்த பாதிரியார், "ஆண்டவரே! உம் அடியார் இவர்களையும்

இவர்களது அன்பையும் ஆசீர்வதித்துப் புனிதப்படுத்தி அருளும். இந்த மாங்கலியம் இவர்களுக்குப் பிரமாணிக்கத்தின் அடையாளமாய் அமைந்து ஒருவர் மீது ஒருவர் கொண்ட ஆழ்ந்த அன்பையும் நினைவூட்ட வேண்டுமென்று எங்கள் ஆண்டவராகிய இயேசு கிறிஸ்து வழியாக உம்மை மன்றாடுகிறோம்" என்று பிரார்த்தித்து அந்தத் தாலியின் மீது தீர்த்தத்தைத் தெளித்தார். அந்தத் தாலியை விக்டரின் கையில் கொடுத்தார்.

"விக்டராகிய நான், என் அன்புக்கும் பிரமாணிக்கத்திற்கும் அடையாளமாக இந்தத் திருமாங்கலியத்தைப் பிதா, சுதன், பரிசுத்த ஆவியின் பெயராலே அணிவிக்கிறேன்" என்று சொன்னான்.

பக்கத்தில் நின்றவர்கள் விக்டோரியாவையும் சொல்லச் சொன்னார்கள். பலிபீடச் சிறுவர்களாகிய ஆல்டர் பாய்ஸ் சொல்லச்சொல்ல, "என் அன்புக்கும் பிரமாணிக்கத்திற்கும் அடையாளமாக இந்தத் திருமாங்கலியத்தைப் பிதா, சுதன், பரிசுத்த ஆவியின் பெயராலே அணிந்து கொள்கிறேன்" என்றாள்.

விக்டர் தனது கையிலிருந்த தாலியை விக்டோரியாவின் கழுத்தில் அணிவித்தான். அதைச் சரியாக எடுத்து மார்புக்கு மேல் போட்டான். அப்போது தேவாலயத்தின் முன்னால் நின்ற மேளக்காரர்களும் பாண்டு வாத்தியக்காரர்களும் வேகமாக ஒலித்தார்கள். தேவாலயத்தில் நின்ற அனைவரும் கைத்தட்டினார்கள்.

விக்டர் தனது கழுத்தில் கிடந்த பூமாலையை விக்டோரியாவின் கழுத்தில் அணிவித்தான். விக்டோரியா தனது கழுத்தில் கிடந்த மாலையை எடுத்து விக்டரின் கழுத்தில் அணிவித்தாள்.

பலிபீடத்திலிருந்த பைபிளை இருவரும் தொட்டு வணங்கினார்கள்.

கோயிலுக்குத் தெற்குப் பக்கமாய்ப் போடப்பட்டிருந்த பந்தலில் எல்லோருக்கும் விருந்து பரிமாறப்பட்டது.

❈

32

மணி பன்னிரண்டு இருக்கும்.

தாமரைக்குளத்திற்குத் திரும்பும் ரோட்டில் பத்துப் பதினைந்து பேர் காத்து நின்றார்கள். தூரத்தில் விக்டர், விக்டோரியா ஆகியோர் இருந்த கார் வந்தது. தாமரைக்குளத்திற்குப் போகும் திருப்பத்தில் எல்லோரும் கூடி நின்றார்கள். பாதை மறிக்கப்பட்டதால் கார் அங்கேயே நின்றது. காருக்குள்ளிருந்தபடியே வெளியே எட்டிப்பார்த்தான் விக்டர்.

ரோட்டில் போகவிடாமல் தடுத்துக்கொண்டிருந்த எல்லோரும் அவனுக்குத் தூரத்து உறவுதான். ஆனால், யாரும் உறவின் அடிப்படையில் வந்ததுபோல் தெரியவில்லை. எல்லோரின் முகத்திலும் ஆத்திரமும் வெறுப்பும் தெரிந்தது.

"விக்டர் நீ மட்டும் வாறதா இருந்தா ஊருக்குள்ள வரலாம். மணக்குடிக்காரியைக் கூட்டிட்டுத் தாமரைக்கொளத்து ஊருக்குள்ளே அடியெடுத்து வைக்காதே" என்று இரண்டு மூன்று பேர் குரல் கொடுத்தார்கள்.

விக்டர் இதை எதிர்பார்த்திருந்தான் என்றாலும், ரோட்டில் வந்து இப்படித் தடுப்பார்கள் என்று அவன் எதிர்பார்க்கவில்லை.

"விக்டோரியா, இப்ப எனக்க பொண்டாட்டி இனிமே அவளுடைய வாழ்வோ, தாழ்வோ எல்லாமே என்னோடதான். இப்ப அவ மணக்குடிக்காரி இல்ல. தாமரைக்கொளத்துக்காரனுக்க பொண்டாட்டி."

"இந்த பாரு விக்டர். நயமாப் பேசிச் சமாளிச்சுப்புடலாம்னு நெனைக்காதே! இது தனிப்பட்ட வெவகாரம் இல்லை. ஊர்ப் பிரச்சனை" என்றான் ஒருவன்.

காரிலிருந்து விக்டர் கீழே இறங்கப்போனான். அவனை 'இறங்க வேண்டாம்' என்று தடுத்தாள் விக்டோரியா. "ஒண்ணும் இல்லை. நான் காருக்குள்ளேயே இருந்து பேசினா மரியாதையா இருக்காது. அதனாலதான் கீழே இறங்கறேன்" என்றபடி கீழே இறங்கினான் விக்டர்.

"இந்தத் தோப்பைப் பாரு விக்டர். ஒரு வாழையாவது ஒழுங்கா நிக்குதா? எல்லாத்தையும் வெட்டி அழிச்சிப்புட்டானுவ. அந்தத் தென்னைமரத்தைப் பாரு. பாளையைக்கூட விட்டுவைக்காம வெட்டித் தள்ளிப்புட்டானுவ. எதிரே இருக்க உப்பளத்தில இருந்த உப்புச் சாக்கை எல்லாம் எடுத்து ரோட்டுல போட்டுப்புட்டானுவ..."

"அவனுவ முட்டாத்தனமா நடந்துகிட்டானுவன்னா நாமளும் அப்பிடியே நடந்துகிடலாமா? நீங்க ஊர்ப் பிரச்னைன்னு சொல்றது சரிதான். ஊருல உள்ள கட்டுப்பாட்டுக்கு எல்லாம் நானும் கட்டுப்படுறேன். ஆனா, என்னை மட்டுமே நம்பி இருக்கிற இந்தப் பொண்ணை நான் கைவிட முடியுமா?" என்று அமைதியாகக் கேட்டான் விக்டர்.

"விக்டர், நீ சொல்றது நியாயமா? நாங்க சொல்றது நியாயமான்னு இப்ப பாத்துக்கிட்டிருக்க முடியாது. ஊருக்குள்ளே போங்கன்னு நாங்க ஒங்களை விட்டாலும் அங்கேயும் பிரச்னை பண்ணுவாங்க. இனி, நீயே முடிவு பண்ணிக்க" என்ற ஒருவன் மற்றவர்களையும் அழைத்துக்கொண்டு புறப்பட்டான்.

அந்த தாமரைக்குளம் ரோட்டின் முச்சந்தியில் நின்றான் விக்டர்.

'கல்யாணம் பண்ணிக்கொண்டு முதன்முதல் தனது வீட்டுக்குப்போக முடியவில்லையே?' என்ற வருத்தம் அவனை வாட்டியது.

காரிலிருந்து விக்டோரியாவும் மற்றவர்களும் இறங்கினார்கள்.

எங்கே போவது என்று முடிவெடுக்க முடியாமல் தடுமாறி நின்றான் விக்டர். அவனுக்கு அருகில் வந்து நின்ற விக்டோரியா "கவலைப்படாதீங்க. இன்னைக்கு ஒங்க வீட்டுக்குப் போகலைன்னா இன்னொரு நாள் போவோம்" என்றாள்.

"ஆமா விக்டரு. வா, வழுக்கம்பாறைக்குப் போலாம். கடைக்குப் பின்னால இருக்கிற வீட்டைப் பேசி எடுத்துக்குவோம்" என்றார் சித்தப்பா.

"ஏன் மாப்பிள்ளை! நம்ம வீட்டுக்குப் போவோம்" என்றான் ஜான்.

"அதெப்பிடி மாமா? இப்பதான் கல்யாணம் முடிச்சிட்டு அங்கிருந்து வந்தோம். மாப்பிள்ளை வீட்டுக்குப் போறதுதான் முறை. திரும்பவும் மணக்குடிக்கே போனா, அது நல்லா இருக்காது" என்று விக்டர் சொன்னதற்குப் பிறகு ஜான் எதுவும் பேசவில்லை.

"விக்டோரியா, என்ன சொல்றே?"

"நீங்க என்ன முடிவு எடுக்கிறீங்களோ அதுதான் எனக்க முடிவும். ஆனா, மாமா சொல்றதுபோல வழுக்கம்பாறைக்கே போலாம்னு எனக்குத் தோணுது" என்றாள்.

"நானும் அதுதான் நெனைச்சேன்" என்ற விக்டரும் மற்றவர்களும் காரில் ஏறிக்கொண்டார்கள்.

மணக்குடிக்காரர்கள் பிடிக்கும் மீனை முகிலன் குடியிருப்பு, கோயில்விளை போன்ற ஊர்களில் விற்பதும், முகிலன் குடியிருப்புக்காரர்கள் மணக்குடியில் அரிசி விற்பதும் காலம் காலமாக நடந்துவரும் நடைமுறை. ஆனால், இதுவரை மணக்குடியில் உள்ளவர்களுக்கும் மற்ற ஊர்களில் உள்ளவர்களுக்கும் திருமணத் தொடர்பு ஏற்பட்டது கிடையாது.

திருவிதாங்கூர் சமஸ்தானத்தில் மணக்குடிக்காரர்களும் அடிமைகளாகத்தான் இருந்தார்கள்; மற்ற ஊர்க்காரர்களும் அடிமைகளாகத்தான் இருந்தார்கள். இப்போது அவர்களுக்குள் உயர்வென்றும் தாழ்வென்றும் பார்க்கிறார்கள்.

உழைத்தால்தான் சாப்பிட முடியும் என்ற நிலையில் இருப்பவர்கள் எல்லோரும் ஒன்றுதான் என்ற உண்மையை யாரும் உணர்வது இல்லை. நாளைக்குச் சாப்பிடுவதற்கு உணவு இருப்பவன் தன்னை உயர்ந்தவன் என்று நினைத்துக்கொள்கிறான். இப்போதைக்கு உணவு இல்லாதவனைத் தாழ்ந்தவன் என்கிறான், அவ்வளவுதான்.

ஒருவருக்கொருவர் உதவி செய்து உயர வேண்டிய சமூகத்தைச் சேர்ந்தவர்கள் இப்படி அடித்துக்கொள்கிறார்கள். எவனோ ஒருவன் மண்டைக்காட்டில் பிரச்னை உண்டாக்கினான் என்றால் மணக்குடியில் எதற்குப் பிரச்னை வரவேண்டும்.

கடற்கரையில் இருக்கிற தேரி ஒரே இடத்தில் இருக்காது. காற்றின் வேகத்திற்கு ஏற்ப இடம் மாறிக்கொண்டே இருக்கும். கோடிக்கணக்கான மணல் துகளால் திரண்டிருக்கும் அந்தத் தேரியில் உள்ள மணல் ஒன்றுக்கொன்று ஒட்டியிருக்காது. ஆனால், அந்த மணல் எல்லாம் ஒன்றாக இருந்தால்தான் தேரி. ஒரு சமுதாய மக்களில் பல சாதிகள் இருக்கலாம். ஒரு சாதிக்கும் இன்னொரு சாதிக்கும் உறவு இல்லாமல் இருக்கலாம். ஆனால், சமுதாயமாகக் கூடி வாழ்ந்தால்தான் வாழ்க்கை நடத்த முடியும்.

மணக்குடிக்காரர்களும், முகிலன் குடியிருப்பு, தாமரைக்குளத்துக்காரர்களும் இன்று அடித்துக்கொண்டாலும் நாளை, நாளை இல்லை என்றால் ஒரு மாதத்திற்குப் பிறகு ஒன்று சேர்ந்துதான் ஆக வேண்டும்.

சொந்த ஊருக்குள் போக முடியாத நிலை இன்று விக்டருக்கும் விக்டோரியாவுக்கும் ஏற்பட்டாலும் நிச்சயம் அவர்கள் சொந்த ஊரில் வாழ்வார்கள்.

எவ்வளவு பெரிய பிரச்னையையும் மிகச் சாதாரணமானதாகக் காலம் மாற்றிவிடும்.

தேவையும் காலமும் சேர்ந்தால் பகைவர்களும் நண்பர்களாக சேர்ந்துவிடுவார்கள். மணக்குடி ஊர்க்காரர்களும் மற்ற ஊர்க்காரர்களும் சேர்ந்து வாழ வேண்டிய தேவை இருக்கிறது. ஒவ்வொரு ஊரும் ஒவ்வொரு தீவாகத் தனியாக வாழ முடியாது. ஊர்களைச் சாலைகள் இணைப்பதுபோல் மனங்களைக் காலம் நிச்சயம் இணைக்கும்.

அந்தக் காலம் கனிவதுவரை பொறுமையாக இருப்பதுதான் புத்திசாலித்தனம்.

விக்டரும் விக்டோரியாவும் இருந்த கார் வழுக்கம்பாறையை நோக்கிப் போய்க்கொண்டிருந்தது...

PEN BIRD
Publications

Keep Reading We Serve More Pages for you!

ஒளவையாரின் அறநூல்கள்	Rs. 100
How to Win Friends and Influence People	Rs. 200
Think And Grow Rich	Rs. 180
The Power of Your Subconscious Mind	Rs. 180
The Richest Man in Babylon	Rs. 140

**A New House
For
Readers & Writers**

+91 8220063246 | penbirdpublications@gmail.com | www.penbird.in